Sông Tương & Tiểu Muội

SÔNG TƯƠNG & TIỂU MUỘI

YÊU NGƯỜI TRONG MỘNG

Thơ xướng họa

Nhân Ảnh xuất bản
2023

YÊU NGƯỜI TRONG MỘNG
Tập thơ xướng họa của Sông Tương & Tiểu Muội
Ký hoạ: Ana Nguyễn
Tranh bìa: Uyên Nguyên Trần Triết
Dàn trang: Đô Huỳnh Đăng Ngọc
Nhân Ảnh xuất bản, 2023
Tác giả giữ bản quyền
ISBN: 9798868906756

DANH NGÔN:

-"Đời như giấc mộng lớn."
(Xứ thế nhược đại mộng.) Lý Bạch

-"Tìm đâu cho thấy người trong mộng." Tản Đà

-"Không mơ mộng không thể có thơ, và không thơ không thể có đời sống dễ chịu được." Vallery Radot

-"Tình yêu cần sự mơ mộng cũng như lá phổi cần dưỡng khí." Saint Exupery

-"Tất cả cảm hứng thi ca đều chỉ là giải mã những giấc mơ." (Hans Sachs)

-"Tình yêu chân thật không phân biệt giai cấp tuổi tác, địa vị danh vọng... Nó sang bằng tất cả. Nó là vị thần của tình cảm." Lope De Vegas

-"Chúng ta yêu vì chúng ta yêu."
(We love because we love.) Balzac

LỜI NGỎ:

Thơ là nét đẹp độc đáo, là sản phẩm đầy trí tuệ của con người, là những cảm xúc từ trái tim và là những câu chuyện đời được điểm tô, đúc thành vần, kết nên điệu, đi sâu vào lòng người và đã trở thành một trong những món ăn tinh thần không thể thiếu trong đời sống văn hoá của loài người.

Thơ được kết tinh từ những câu chuyện tình đầy lãng mạn, và để nâng cao chất lượng của cuộc sống, những người yêu thơ đã không ngừng tìm tòi, sáng tạo, khám phá trong thế giới văn học nghệ thuật, trong lĩnh vực thi ca… để tặng đời những tác phẩm hay, vần điệu đẹp, làm rực rỡ hơn, phong phú hơn nét đẹp thuần khiết của hồn thơ.

Không ngoài mục đích làm cho văn học nghệ thuật nói chung, thể loại thơ nói riêng, ngày càng phong phú, phục vụ đời sống tinh thần và khuyến khích, thúc đẩy tinh thần sáng tác… cùng nhau điểm tô cho đời bằng những bài tình thơ hay và lãng mạn. Tôi xin thay mặt hai tác giả Sông Tương và Tiểu Muội kính giới thiệu đến quý văn thi hữu và độc giả tuyển tập tình thơ xướng họa "Yêu Người Trong Mộng".

Kính chúc quý vị sức khoẻ dồi dào, an khang, hạnh phúc. Trân trọng!

TIỂU MUỘI
Ngày 1 tháng 9 năm 2023

1
Yêu Người Trong Mộng

Anh là ai phiêu lãng chốn nhân gian?
Khiến lòng em cứ dâng tràn nỗi nhớ
Có phải anh đã ghép từng mảnh vỡ
Trao về em từng hơi thở ấm nồng

Em mơ màng... Đó! Có phải anh không?
Người trong mộng giữa giấc hồng đã đến
Bờ vai rộng, ánh mắt nhìn trìu mến
Khơi lửa lòng thắp ngọn nến tình yêu

Chẳng thể nào đong đếm được bao nhiêu
Em chỉ biết yêu anh nhiều... vô hạn
Núi có mòn hay biển kia có cạn
Nguyện cho mình mãi là bạn tri âm

Gieo vần thơ cho ý đẹp ươm mầm
Từng giọt tình như mưa dầm thấm đất
Giữa mộng ảo nhưng lòng ta rất thật
Mãi yêu người dù vạn vật đổi thay.

TIỂU MUỘI
23/8/2020

Nàng Là Ai?
Hoạ vận thơ TM

1
Nàng là ai? hiện hữu giữa trần gian
Mang "Mệnh khổ" suốt đời thương với nhớ (1)
Trái tim nàng đã một lần đổ vỡ
Sáu nghìn đêm sầu khổ mơ hương nồng

Nàng là "Người trong mộng" có phải không?
Một chiều Đông tình cờ duyên nợ đến
Gieo vào lòng ta bao niềm thương mến
Dáng ngọc ngà kiều diễm ngát hương yêu

Tình của nàng cao thượng biết bao nhiêu
Rất thanh khiết vượt ra ngoài giới hạn
Đời lãng tử dù non mòn biển cạn
Vẫn yêu quý nàng trên cả tri âm

Nàng từ cõi Thi Tiên xuống ươm mầm?
"Mộng tình thơ" đầy liêu trai trên đất (2)
Nàng đến từ trong mơ hay cõi thật?
Đã cho ta tình ái ảo huyền thay!

2
Nàng là ai? hiện hữu giữa nhân gian
Cho hồn ta lang thang trong miền nhớ
Chỉ vì yêu mà trái tim vụn vỡ
Tháng ngày mơ gặp gỡ dáng xuân nồng

Ta tự hỏi kìa có phải em không?
Người tri kỷ hồng nhan nay đã đến
Chân thật hiền hoà dịu dàng thân mến
Lòng bao dung mở cửa trái tim yêu

Tình không biên giới đẹp biết bao nhiêu!
Nghĩa cao cả mênh mông không giới hạn
Khiến cho ta dù đời có kiệt cạn
Thuyền vẫn quay về nặng mối tri âm

Cuộc tình thơ từ đó đã khơi mầm
Yêu chết bỏ dẫu đầu trời cuối đất
Dù mộng ảo nhưng tình mình có thật
Từng thề nguyền chung thuỷ chẳng dời thay!

3
Nàng là ai? hiện hữu giữa thế gian
Trái tim yêu ngập tràn bao luyến nhớ
Ngày tháng trôi qua hồn ta rạn vỡ
Chỉ vì yêu sầu khổ sắc hương nồng

Thật lạ lùng huyền ảo lắm phải không?
"Người trong mộng" từ kiếp nào đã đến?
Ánh mắt long lanh nụ cười dễ mến
Giọng hát mượt mà chạm trái tim yêu

Vần thơ nàng xúc động biết bao nhiêu!
Rất can đảm vượt qua ngàn giới hạn
Dù địa ngục thiên đàng có khô cạn
Nàng vẫn yêu bằng tất cả tri âm?

Nàng là ai? trong thần thoại khơi mầm
Tình lãng mạn đầy khói sương trên đất
Cảm tạ nàng cho ta tình chân thật
Rất diệu kỳ dù vật chất đổi thay!

SÔNG TƯƠNG
25/8/2020

(1) *"Mệnh khổ": chữ của TM*
(2) *"Mộng tình thơ" bài thơ đầu tiên*
của TM gởi ST ngày 27/3/2020.

2
Yêu Nàng Ca Sĩ Đẹp Kiêu Sa

Thằng Gù ở nhà thờ Đức Bà (1)
Câm nín nhưng lòng đầy phong ba
Yêu cô gái hát rong kiều diễm
Chuông buồn trên những lối em qua

Còn ta chẳng khác gì thằng Gù
Lòng cứ buồn như chiếc lá thu
Buồn tựa bài thơ "Tình tuyệt vọng" (2)
Buồn như thạch động đêm sa mù

Ta lỡ lầm yêu nàng Ca sĩ
Hương trời sắc nước đẹp kiêu sa
Thơ nàng một khối tình tan vỡ
Xé nát tim ta ngày tháng qua

Nàng mượn vần thơ để khóc thầm
Còn ta ray rứt lệ khôn cầm
Hai trái tim như hoà một nhịp
Xót phận hồng nhan nỗi cát lầm

Từ cuối chân mây cách nửa vòng
Ta gởi về em một tấm lòng
Cả trái tim đêm đêm sầu mộng
Và mối tình câm lặng hư không

Ta muốn làm Werther lãng mạn (3)
Lau khô những giọt lệ mi em
Ôi! đôi mắt long lanh biết nói
Biết tỏ cùng ta mọi nỗi niềm

SÔNG TƯƠNG
20/5/2020

(1) Phim "Thằng gù Nhà thờ Đức Bà" 1956, được chuyển thể từ tiểu thuyết "Nhà thờ Đức Bà Paris" của đại văn hào Victor Hugo.

(2) Bài thơ Pháp "Sonnet" của Arvers: Khái Hưng dịch là Tình Tuyệt Vọng
"Lòng ta chôn một khối tình
Tình trong giây phút mà thành thiên thâu."

(3) Nhân vật Werther yêu nàng Lotte trong cuốn tiểu thuyết "Nỗi đau của chàng Werther" 1774, của đại thi hào Goethe nước Đức góp phần thổi bùng phong trào lãng mạn Châu Âu thế kỷ 18.

Yêu Thầm
Hồi đáp thơ ST

Cứ nhớ hoài cái thuở mới gặp nhau
Trang Facebook gửi đôi câu chào hỏi
Dòng tin nhắn cùng đôi lời muốn nói
Rồi quen dần mỗi sớm tối nhiều thêm

Và thế rồi thời gian cứ trôi êm
Tự lúc nào?!? dạ ngày đêm mong mỏi
Biết buồn thương, biết ngắm ngầm hờn dỗi
Nhớ vu vơ mà chẳng nói thành lời

Ngọn lửa tình thầm nhen nhúm gợi khơi
Đọc thơ anh hồn chơi vơi da diết
Thương mất rồi! Anh nào đâu hay biết
Cứ trách em sao mải miết vô tình

Thương thật nhiều nhưng em cứ lặng thinh
Vì e sợ chuyện chúng mình dang dở
Em và anh hai phương trời cách trở
Thương nhau rồi lòng thấy nhớ... tìm đâu?

Bởi đời em đã qua cuộc bể dâu
Đã nếm trải vị tình sầu cay đắng
Dù không nói, cứ yêu anh thầm lặng
Em giữ hoài câu Muối Mặn, Gừng Cạy.

TIỂU MUỘI
18/8/2020

3. Lưu luyến Tiễn Nàng Xuân

Đưa tay hứng vạt nắng hồng
Nhìn mây theo gió bềnh bồng trôi đi
Thời gian tựa cánh chim di
Lấy dần từng đoạn xuân thì tuổi mơ

Mon men đem phút đợi chờ
Giấu vào trong khúc tình thơ gửi người
Giữ hộ em tuổi đôi mươi
Giữ câu ước hẹn trọn đời bên nhau

Dù Nàng Xuân vội đi mau
Tình Xuân còn ẩn trong màu mắt em
Còn đây giây phút êm đềm
Cùng nhau chờ đợi đến đêm Giao thừa

Nghe trong gió thoảng hương đưa
Vẫn nguyên dư vị như vừa hôm qua
Cành mai nở muộn trước nhà
Luyến lưu níu chút la đà sắc Xuân.

TIỂU MUỘI
19/2/2021

Ước Cùng Em Du Xuân
Hoạ ý thơ TM

Ước làm một chiếc đò tình
Trên dòng sông tím lục bình nhẹ trôi...
Xuân về cảnh vật rạng ngời!
Anh thuyền nan nhỏ chở người tri âm

Ước làm áng mây âm thầm
Bay trên Ninh Đảo, Hòn Gầm, Mũi Đôi
Cầu vồng bảy sắc tuyệt vời!
Bắt qua bờ vịnh nói lời yêu em

Ước làm sương khói đồi sim
Un ngàn nỗi nhớ đi tìm người xa
Xuân về cúc dại nở hoa
Theo em xuống phố ngắm tà huy bay

Chờ em qua lối phượng này
Khói sương lãng đãng bay đầy biển xanh
Áo hoa ngược gió đầu gành
Em du Xuân để phương anh phiêu bồng

SÔNG TƯƠNG
Tết Tân Sửu
(19/2/2021)

4
Quà Nguyên Tiêu

Hỡi chàng Thi sĩ xa xăm
Đợi em vớt ánh trăng rằm Nguyên tiêu
Với bao thương mến chắt chiu
Em xin khắc trọn lời Yêu tặng Chàng.
　　　　　TIỂU MUỘI
　　　　　Đêm Nguyên Tiêu Tân Sửu, 2021.

Trăng Thượng Nguyên
Hồi đáp thơ TM

1
Trăng tròn vành vạnh sáng mênh mông
Khiến người cuối biển nhớ đầu sông
Nhớ đồng lúa biếc thì con gái
Nhớ áo em xanh má ửng hồng
2
Sáng trăng sáng cả Rằm tháng Giêng
Sáng trưng Bồng đảo sáng non Tiên
Sáng tỏ hai phương trời đại lục
Sáng cả tình em đẹp dịu hiền
       SÔNG TƯƠNG
          Đêm Nguyên Tiêu, Tân Sửu 2021

Tình Yêu Kỳ Lạ

Ngẫm nghĩ tình yêu thật lạ thường!
Đọc mấy vần thơ đã vấn vương
Sáng ngơ chiều ngẩn, đêm trông ngóng
Vắng mấy canh giờ đã nhớ thương.

TIỂU MUỘI
27/2/2021

Tình Bất Chợt, Phi Thường
Hoạ vận thơ TM

Tình yêu đến bất chợt, phi thường
Lòng cứ bâng khuâng cứ vấn vương
Đôi tim đã quyện hoà làm một
Thành chiếc cầu thơ nặng nhớ thương

SÔNG TƯƠNG
28/2/2021

Mơ Về Đại Lãnh

Ngày xưa trong câu chuyện thần thoại
Có nàng Bạch Tuyết đẹp như Tiên
Cùng bảy Chú Lùn sống hồn nhiên
Giữa thảo nguyên hái hoa bắt bướm

Ngày nay nơi rừng dương Đại Lãnh
Có nàng Tiên nhỏ vịnh Vân Phong
Cùng các cháu áo lam sen trắng
Vui đùa ca múa dưới trời hồng

Cát trắng mịn màng sóng lăn tăn
Hòn Nưa, Cổ Mã mờ sương giăng
Biển núi xanh xanh hồn tuổi trẻ
Thả ước mơ trên những cánh bằng

Nhưng khách đường xa lại mộng về
Đã bao năm biển hẹn non thề
Mong một ngày nao nơi thắng cảnh?
Vỡ oà hạnh phúc hồn đê mê!

SÔNG TƯƠNG
15/2/2021

Đại Lãnh
Hồi đáp thơ ST

Bỗng dưng xao xuyến dạ lăn tăn
Xanh xanh non nước khói bao giăng
Tạo hoá ban cho rừng dương trẻ
Nơi đây phong cảnh chốn đâu bằng?
                               TIỂU MUỘI

Quà Xuân

Em gom một ít nắng hồng
Buộc bằng đôi sợi tơ lòng gửi anh
Gói trọn một mối tình xanh
Thêm vào một ít chân thành mến thương

Xa xôi cách trở dặm trường
Giao thừa lòng bỗng vấn vương tơ tình
Ngồi đây mơ bóng tưởng hình
Mơ nụ hôn ấm lung linh môi hồng

Quà này người có nhận không?
Em tặng anh cả tấm lòng thuỷ chung
Chông gai em nguyện bước cùng
Gian nan cũng chịu, lạnh lùng em cam

Chùa Làng phảng phất khói lam
Bao lời khấn nguyện cũng làm nên Xuân
Ngoài đình Lân múa tưng bừng
Quà em gom cả trời Xuân gửi chàng.
    TIỂU MUỘI
  Ngày 30 Tết Tân Sửu (11/2/2021)

Hai Phương Cùng Đón Giao Thừa
Hồi đáp thơ TM

Trời Xuân rắc hạt mưa thưa…
Hai phương cùng đón Giao thừa với nhau
Bên này là ly rượu dâu
Bên kia lon Coke mình cầu an khương

Chúc nhau vạn sự cát tường
Chúc Xuân như ý tình thương đong đầy
Đôi tim hạnh phúc ngất ngây
Xóa tan khoảng cách bên ngày phía đêm

Cho mình gần gũi nhau thêm
Pháo hoa thắp sáng trời đêm Giao thừa
Trời Xuân rắc hạt mưa thưa…
Vườn hồng chớm nở đẹp mùa tình yêu

Xuân về én liệng oanh kêu
Hoa đào khoe sắc ánh triều dương hồng
Tạ ơn em tạ ơn lòng
Tạ vần thơ đẹp trên dòng thời gian
     SÔNG TƯƠNG
    Mùng 2 Tết Tân Sửu 2021

Đàn Bà Cũ

Kể anh nghe chuyện người đàn bà cũ
Tận đáy lòng đã nếm đủ niềm đau
Giả vờ vui để che đậy ưu sầu
Họ tự khóc rồi tự lau nước mắt

Đàn Bà Cũ có trái tim sâu sắc
Lần bóng đêm đi gom nhặt nhớ nhung
Người ta thường hay trách họ lạnh lùng
Bởi họ trải qua muôn trùng tủi nhục

Đàn Bà Cũ giữa cõi đời trần tục
Dám mơ gì đến hạnh phúc ngày mai?
Chỉ biết cười rồi quay mặt... thở dài
Mình một bóng cùng tương lai tăm tối

Nếu một mai có vô tình chung lối
Thấy họ cười đừng tin vội họ vui
Họ cũng chỉ là nhi nữ mà thôi!
Đò lỡ chuyến nên cuộc đời đã cũ.

TIỂU MUỘI
Ngày 6/3/2021

Nghe Em Kể
Hoạ vận thơ TM

Nghe em kể chuyện người đàn bà cũ
Trái tim hồng bỗng ủ rũ buồn đau
Thương loài hoa quý sớm trải u sầu
Đèn một bóng canh thâu tràn nước mắt

Nghe em kể mà lòng anh se sắt
Trách cao xanh bỏ mặc cánh hồng nhung
Bến đục nào gieo bèo bọt lạc lùng?
Cành hoa tím lao lung trong khổ nhục

Nghe em kể phận duyên nơi cõi tục
Kiếp hồng nhan địa ngục chẳng ngày mai
Ngậm đắng nuốt cay thở vắn than dài
Sống không bằng chết một màu đen tối!

Cầu Bồ Tát độ trì và chỉ lối
Cho em nhiều ơn phước với niềm vui
Tuổi xuân còn trẻ đẹp quá đi thôi!
Giọng hát vần thơ rạng ngời phố cũ

SÔNG TƯƠNG
Ngày 7/3/2021

9

Sao Hôm Sao Mai

Sao Hôm xa cách sao Mai
Sáng chiều trông ngóng cho dài nhớ thương
Em ơi! gần một năm trường
Mà đôi ta vẫn hai phương mịt mờ
SÔNG TƯƠNG
Ngày 6/3/2021

Ngắm Sao
Hoạ ý thơ ST

Vén rèm đưa mắt tìm Sao
Muôn ngàn Tinh Tú khắp bầu trời xanh
Kìa vì Sao sáng long lanh
Mỉm cười thầm nghĩ là anh đấy mà!
TIỂU MUỘI
Ngày 6/3/2021

Gió Ngược Mùa

Trời trở rồi anh có lạnh lắm không?
Em tàn xuân sao anh đông chưa dứt?
Nghe trời trở bỗng tim em giá buốt
Thương cho người viễn xứ ngược mùa sang.

TIỂU MUỘI
15/3/2021

Cầu Ô Thước
Hoạ vận thơ TM

Thời gian cách phương em có buồn không?
Đông tàn tạ mà lòng còn day dứt
Hai bờ đại dương sóng gào gió buốt
Quạ kêu buồn Ô thước vắng người sang

SÔNG TƯƠNG
15/3/2021

Chờ

1
Mùa hè sao võ vàng?
Chiếc lá rơi khẽ khàng
Cứ sáng chiều chiều sáng
Rồi tàn đêm đêm tàn
Ta chờ trong giá buốt
Sóng gợn sầu mênh mang
Ơi hỡi người trong mộng!
Mãi hờ hững bẽ bàng?
2
Mùa cách ly đèn vàng
Tiếng thời gian khẽ khàng
Nhớ nhung hoài nguyệt lặn
Thao thức mãi canh tàn
Tiếng vượn kêu lạnh lạnh
Con tim buồn mang mang
Cứ hi vọng tuyệt vọng
Mùa Hạ sao bẽ bàng?

SÔNG TƯƠNG
Ngày 17/2/2021

Lạc Đàn
Hoạ vận thơ ST

Hoàng hôn buông vội vàng
Chim lạc đàn gọi khàn
Dõi mắt nhìn trăng sáng
Gục đầu đợi đêm tàn
Mơ màng sương lạnh lẽo
Thiêm thiếp hồn mê mang
Hoang hoải tung trời mộng
Giật mình khóc bẽ bàng.

TIỂU MUỘI
Ngày 13/3/2021

12
Mừng Phật Ra Đời

Niềm vui lan tỏa muôn nơi
Tiếng chuông đồng vọng khắp trời hân hoan
Đấng Đại Toàn Giác Giáng Trần
Độ đời thoát bể tham, sân, mê, lầm.

Lời kinh như sóng Diệu Âm
Quyện theo làn khói hương trầm nhẹ bay
Người người chúc tụng, Lành Thay
Nơi nơi vui đón Mừng Ngày Đản Sanh.

Con quỳ dâng tấm lòng thành
Cầu cho nhân loại chúng sanh thái hoà
Trần gian khắp chốn nở hoa
Lòng từ rộng mở xoá nhoà khổ đau.

Cầu cho đại dịch qua mau
Trái đất trở lại một màu đẹp tươi
Hôm nay Mừng Phật Ra Đời
Mùa vui Khánh Đản dâng lời chúc an.

TIỂU MUỘI
24/5/2021

Kính Mừng Đức Phật Đản Sinh
Hồi đáp thơ TM

Từ Cung Trời Đâu Suất trên Thiên đình
Như Lai giáng thế cứu độ chúng sinh
Cây hoa vô ưu ngàn năm bừng nở
Sen hồng rực rỡ mừng Phật đản sinh

Tuấn tú khôi ngô văn võ song toàn
Năm mười sáu tuổi Thái Tử kết hôn
Múa hát đàn ca cuộc sống vương giả
Điện ngọc cung vàng vợ đẹp con ngoan

Nhưng lòng Thái Tử trăm mối ngổn ngang
Thương kiếp phù du sinh lão bệnh tử
Năm hăm chín tuổi từ bỏ ngai vàng
Vượt suối trèo non tầm sư học đạo

Sáu năm tu tập khổ hạnh rừng già
Bốn chín ngày đêm ngồi gốc bồ đề
Tham Thiền nhập định đắc đạo thành Phật
Dòng sông in bóng trăng ngời pha lê

Nhìn thấu quá khứ tam thiên đại thiên
Thấy rõ bản thể vũ trụ uyên nguyên
Tìm ra con đường cứu nhân độ thế
Thoát vòng luân hồi sinh tử đảo điên

Bốn mươi lăm năm Phật đi khắp nơi
Hoằng dương Chánh Pháp cứu người độ đời
Từ "Tứ diệu đế, Vô thường, Vô ngã"
Đến «Chuyển pháp luân, Nhân quả, Luân hồi»

Phật lập Tăng đoàn truyền giảng giáo lý
Bình đẳng không phân giai cấp địa vị
Từ quê đến thị xuất gia quy y
Đoạn trừ phiền não diệt tham sân si

Nam mô Bổn Sư Thích Ca Mâu Ni
Đấng Đại Giác Ngộ, Đại Từ, Đại Bi
Mà tuệ giác là vầng dương chói lọi
Phật tử tôn thờ đảnh lễ quy y

SÔNG TƯƠNG
25/5/2021

13. Trang Thơ Ghi Tạc

Xin giữ nơi em một chút tình
Tựa như vầng nguyệt sáng lung linh
Dẫu mai vật đổi, sao dời chỗ
Trang thơ ghi tạc chuyện chúng mình.

TIỂU MUỘI
26/4/2020

Vần Thơ Ghi Tạc
(Hoạ vận thơ TM)

1
Em đã cho anh một chữ tình
Như vầng nguyệt sáng đẹp lung linh
Vượt muôn khoảng cách ngàn biên giới
Vần thơ ghi tạc chuyện tình mình
2
Ôi! trái tim quả cảm chân tình
Như sao Khuê cuối trời lung linh
Vượt qua hoang mạc qua hồng hải
Tấm lòng son vẫn giữ bên mình
3
Em đã trao anh trọn nghĩa tình
Vượt không-thời sáng rực tâm linh
Tình em cao cả vô bờ bến
Tri kỷ tri âm mình với mình
4.
Nghiệp duyên ràng buộc chữ ân tình
Xuyên qua tam giới vượt u linh
Một ngày gặp gỡ nơi trần thế
Ơn phước Trời ban cho chúng mình
5
Chất ngất trong anh một mối tình
Thanh cao giữa cuộc đời điêu linh
Trên dòng sinh tử quay vùn vụt
Song Thi chứng tích chuyện đôi mình (*)

SÔNG TƯƠNG
25/5/2020

(*)Song Thi 2 tập thơ chung của ST & TM:
Gới Người Trong Mộng, Yêu Người Trong Mộng.

14
Anh Như Con Sóng Bạc Đầu

Anh như con sóng bạc đầu
Giữa trùng dương tím ngát màu thời gian
Vì yêu sầu khổ trái ngang
Bềnh bồng trôi nổi vượt ngàn biển khơi

Tìm em ở cuối chân trời
Bên bờ cát trắng rạng ngời tinh anh
Hàng dừa nghiêng bóng xanh xanh
Xuân về én liệng đầu gành mà thương

Anh như con sóng ngàn phương
Tìm em vượt cả đại dương mây lồng
Nhớ em nỗi nhớ bềnh bồng
Yêu em yêu cả Vân phong, Phố đà

Tình em cao cả bao la
Cho anh giọng hát lời ca tuyệt vời!
Tình em đẹp nhất trên đời
Cho anh trăm ý ngàn lời thơ hay!

Anh như con sóng lưu đày
Hai phương nghìn nỗi đắng cay muôn phần
Trên trời lớp lớp phù vân
Trong anh chất ngất tình Xuân vơi đầy…

SÔNG TƯƠNG
18/5/2021

Giọt Buồn Đêm Mưa
Hồi đáp thơ ST

Trọn đêm thao thức canh tàn
Nghe hồn se sắt đôi hàng lệ rơi...
Tơ lòng một mối chơi vơi
Tình duyên trắc trở phương trời cách ngăn

Song thưa tí tách mưa giăng
Khuê phòng gối chiếc lệ mặn mặn tuôn
Đưa tay gạt những giọt buồn
Trách thầm số kiếp gian truân bẽ bàng

Trách đời sao lắm trái ngang
Trách trời sao nỡ ngăn chàng gặp ta
Lần tìm theo những xót xa
Mới hay tình đã đậm đà từ lâu

Bao giờ thôi hết bể dâu?
Bao giờ ta được tựa đầu kề vai?
Đành thôi giấu tiếng thở dài
Dặn lòng gắng đợi, ngày mai sum vầy.

TIỂU MUỘI
Ngày 4/6/2021

Thương

Ta ngồi giữa quạnh hiu
Ôm nỗi buồn cô liêu
Đêm tối tăm mờ mịt
Ngày hoang vắng tiêu điều
Người chân trời xa thẳm
Kẻ góc bể buồn thiu
Ôi! cuộc tình hư ảo
Mà thương tím cả chiều

SÔNG TƯƠNG
Ngày 19/4/2020

Nhớ
Hoạ ý thơ ST

Em đứng nhìn mưa rơi
Lệ chan mặn bờ môi
Trời giăng đầy sương khói
Đất ướt sũng giọt đời
Đó lối đi mờ tối
Đây vầng sáng buồn rơi
Chỉ con tim nồng ấm
Dâng nỗi nhớ đầy vơi…

TIỂU MUỘI
Ngày 19/4/2020

Mộng Tình

Ngồi buồn bấm đốt ngón tay
Đúng một tháng rưỡi từ ngày yêu M
Mộng tình lãng mạn êm đềm
Ngày ngày tưởng bóng đêm đêm thương hình

Yêu vì cốt cách M xinh
Nụ cười duyên dáng tánh tình khiêm nhu
Hồn thơ sầu mộng miên du
Giọng ca sương khói trăng thu cháy lòng

Buồn vì số kiếp long đong
Trời đày hai đứa bềnh bồng nổi trôi…
Người góc bể kẻ chân trời
Bao nhiêu cách biệt chơi vơi xa lìa?

Hằng hà biên giới ngăn chia
Tả tơi lá gió đầm đìa sương đêm
Yêu M bằng cả trái tim
Hồng nhan tri kỷ càng thêm nặng sầu

Chiều nay ôm mối tình sâu
Vượt ngoài giới hạn qua cầu chia ngăn
Về bên M có sương giăng…
Có song thuý liễu có trăng xuyên rèm

SÔNG TƯƠNG
Ngày 12/5/2020

Lục Bát Tình Yêu
Hồi đáp thơ ST

Chiều buồn Muội nghĩ về Huynh
Cũng ngót hơn tháng chúng mình gặp nhau
Nhớ sao cái buổi ban đầu
Ngại ngùng khẽ hỏi thăm nhau vài lời

Yêu từ cách gọi "Muội ơi!"
Thương từ cách sống nói lời khiêm cung
Hai phương dẫu cách nghìn trùng
Đôi lòng chung nhịp tim rung rộn ràng

Từng đêm giấc ngủ mơ màng
Má kề vai tựa chứa chan ân tình
Đến khi tỉnh mộng giật mình
Chỉ riêng ta với lặng thinh tứ bề

Tình đời lắm nỗi nhiêu khê
Cách trở vẫn cứ nhớ về phương nao?
Ngoài kia sóng biển lao xao
Sóng tình trong dạ thét gào nhớ anh

Đàn chim ríu rít chuyền cành
Như đôi ta thuở non xanh buổi đầu
Chiều nay bỗng thấy nhớ nhau
Mượn câu lục bát bắc cầu yêu thương.

TIỂU MUỘI
Ngày 14/5/2020

Nhớ Ai !!!

Hạt mưa rớt xuống vô tình
Cho tim giá lạnh cho mình nhớ ai?
Mưa rơi giọt ngắn giọt dài…
Nhớ người nên dạ sầu ai khóc thầm

Đôi ta đồng một chữ Tâm
Trái tim đồng điệu gọi thầm tên nhau
Bao giờ cho đến ngày sau
Người đây kẻ đó nhớ nhau tìm về,

TIỂU MUỘI
Ngày 7/5/2020

Thương Ai !!!
Hoạ vận thơ TM

Thơ ai lãng mạn trữ tình?
Mượt mà êm ái cho mình thương ai?
Thương ai suốt những đêm dài?
Suốt bao ngày Hạ cho ai lụy thầm?

Thương ai cùng một chữ Tâm?
Vang trong duy thức kêu thầm tên nhau
Từ ngàn xưa đến ngàn sau
Tri âm tri kỷ thương nhau tìm về

SÔNG TƯƠNG
Ngày 8/5/2020

Sa Mạc

Đời cách ngăn tình cũng xa xăm
Linh hồn ốc đảo lạnh căm căm
Trái tim hoá đá sầu muôn kiếp
Ôm khối tình vô vọng ngàn năm

Đời chẳng tình yêu đời cõi chết
Từng đêm sa mạc gió vi vu…
Ta như con thú hoang buồn bã
Lang thang trong tuyết giá sương mù

SÔNG TƯƠNG
Ngày 10/5/2020

Độc Hành
Hồi đáp thơ ST

Đời thử thách, xui tình xa cách
Gieo trái ngang phủ sạch lối tình
Xóa bóng hình, tim đã hằn in
Sao nỗi nhớ trở mình hoang hoải?

Đời tự trách, ngày xưa khờ dại
Lỡ đường tơ lạc mãi bàn tay
Bước độc hành chợt khoé mắt cay
Lòng hối tiếc tháng ngày đã mất.

TIỂU MUỘI
Ngày 11/5/2020

Nhặt Thương Góp Nhớ

Chẳng dám hẹn thề, chẳng dám mong
Cớ sao lại nhen ngọn lửa lòng
Nhặt thương giấu vào chiều loang tím
Góp nhớ gửi nơi sớm mây hồng

Nửa câu hò hẹn ai còn nhớ?
Hay chỉ mình ta hoài thương mong…
TIỂU MUỘI
Ngày 6/7/2020

Mối Tri Âm
Hoạ vận thơ TM

Chẳng phải Đỗ Lăng vẫn nhớ mong (*)
Không là Lý Bạch cũng mềm lòng
Mòn con mắt ngóng chân trời tím
Dài cả cổ chờ góc biển hồng

"Mộng tình thơ" hoài hoài trân quý
"Mối tri âm" mãi mãi nhớ mong
SÔNG TƯƠNG
Ngày 7/7/2020

(*) Xưa Đỗ Phủ (Đỗ Lăng dã khách) và Lý Bạch
là đôi bạn tri kỷ còn lưu nhiều bài thơ viết cho nhau.

Duyên Thơ

Từ những vần thơ ý thật thà
Ai hay trời định chuyện đôi ta?
Vài câu tâm sự tình nồng đượm
Đôi phút hàn huyên nghĩa mặn mà
Hồi hộp bao lần chờ phúc đáp
Hân hoan mấy độ gửi lời ca
Kẻ nơi quê mẹ, người xa xứ
Lòng hướng về nhau mãi đậm đà.

TIỂU MUỘI
29/3/2021

Tình Thơ
(Hoạ vận thơ TM)

Tin nhắn chuyển thành thơ thiệt thà
Đâu ngờ lại buộc ràng hai ta
Tình thơ càng lúc càng sâu nặng
Duyên phận mỗi ngày mỗi mặn mà
Chờ đợi mỏi mòn từng chữ ái
Ngóng trông khắc khoải một câu ca
Vần thơ là chiếc cầu thương nhớ
Kết nối đôi bờ luôn đậm đà

SÔNG TƯƠNG
30/3/2021

21
Trót Lỡ Yêu Rồi

Đã biết rằng yêu sẽ khổ sầu
Sao lòng ta mãi nghĩ về nhau?
Đường hoang xứ lạ thương ngày cũ
Ngõ vắng quê xa nhớ buổi đầu
Ray rứt cõi lòng tuôn ngấn lệ
Bần thần tâm cảnh đẫm dòng châu
Say tình say cả câu thơ ái
Trót lỡ yêu rồi... quên được đâu.

TIỂU MUỘI
14/8/2020

Trót Lỡ Yêu Người
(Hoạ vận thơ TM)

1
Một lần gặp gỡ vạn ngày sầu
Dằng dặc ba mùa trông ngóng nhau
Nhìn tấm ảnh thương đôi mắt ngọc
Đọc bài thơ nhớ phút ban đầu
Rượu giao bôi uống từ ngàn dặm
Chữ ái ân trao lẫn giọt châu
Từng nụ hôn xa tình đắm đuối
Yêu người trong mộng biết tìm đâu?

2
Bước vào đường ái ngập niềm sầu
Đã chín tháng trời xa cách nhau
Phương nớ vầng trăng in đáy vịnh
Nơi ni hoa tuyết rụng giang đầu
Thương người tri kỷ thơ vương lệ
Nhớ bạn văn chương nhạc đọng châu
Chỉ phút giây mà thành vạn thuở
Tình em chất ngất gởi về đâu?

SÔNG TƯƠNG
16/8/2020

22

Đợi...

Háo hức đợi người sẽ quay về
Đôi ta cách biệt mấy sơn khê?
Thuyền còn tạc dạ nguyên lời ước
Sông có ghi lòng vẹn câu thề
Đợi phút tương phùng tràn nhạc ái
Mong giờ hạnh ngộ ngập thơ đề
Yêu nhau xa vắng, sầu nhung nhớ
Chờ buổi sum vầy thỏa đam mê.

TIỂU MUỘI
13/8/2020

Mong...
Hoạ vận thơ TM

1
Chín tháng cách ly mất lối về
Cánh chim bạt gió sầu sơn khê
Hai phương ngàn dặm đường xa vợi
Một phút thiên thu dạ ước thề
Nức nở oanh ca tình ái gọi
Vẽ vời én liệng chữ yêu đề
Ngập trời sương khói thu vàng tím
Lãng mạn dòng sông chảy mải mê…
2
Dài cả cổ chờ một chuyến về
Mòn con mắt ngóng tím sơn khê
Bãi vàng võ nhớ thương mòn mỏi
Sóng bạc đầu phiêu lãng nguyện thề
Hạnh phúc nào tràn trề gối mộng?
Ái ân nào chất ngất thơ đề?
Hồn ai núi lửa tim nham thạch?
Tình chín bói trong vườn muội mê!

SÔNG TƯƠNG
14/8/2020

23
Đêm Đêm Nhìn Ánh Thiên Hà

Vượt qua thế giới đại thiên
Qua vòng sinh tử đảo điên luân hồi
Ngàn năm trôi vạn năm trôi…
Từ trong vô thức bồi hồi tâm can

Hai tâm hồn hai trái tim
Lạc trôi trong cõi tam thiên mộng sầu
Mênh mang trời đất tìm đâu?
"Mộng tình thơ" đã úa màu thời gian? (*)

Trải qua địa ngục thiên đàng
Thâm sơn cùng cốc tràng giang lạnh lùng
Bốn bề sương khói mông lung
Đại dương cách trở núi rừng ngăn chia

Hằng hà vạn kiếp xa lìa
Hữu duyên tương ngộ đầm đìa giọt sương
Người ơi! trăm nhớ ngàn thương
Mối ơn tri ngộ còn phương đáp đền

Hai tâm hồn hai trái tim
Từ trong muôn kiếp vẫn tìm dấu thương
"Mộng tình thơ" vượt sông Tương
Xóa tan khoảng cách biên cương đoạ đày

Bao nhiêu ngày có một ngày?
Thoả bao nhiêu kiếp đoạ đày vô minh?
Tấm hình xao động tâm linh
Tìm đâu Giác Hải, Vạn Bình, Mũi Đôi?

Đêm đêm nhìn ánh sao trời
Nghìn năm chưa hết yêu người tình xa
Đêm đêm nhìn ánh Thiên Hà
Nghìn năm còn mãi thiết tha yêu người
SÔNG TƯƠNG
Ngày 6/7/2020

(*) *"Mộng tình thơ": tên bài thơ đầu tiên của TM gởi ST ngày 27/3/2020.*

Nhớ Chàng Thơ
Hồi đáp thơ ST

Thu về thổi ngọn heo may
Lá vàng rơi rụng phủ đầy lối xưa
Niềm thương biết nói sao vừa?
Chàng Thơ ơi hỡi...! Sao chưa thấy về?

Tình ta lắm nỗi nhiêu khê
Hai phương cách trở tái tê cõi lòng
Chàng ơi! có thấu hay không?
Mòn con mắt đợi, má hồng nhạt phai

Cô phòng buông tiếng thở dài
Canh khuya gối mỏng nhớ ai cháy lòng
Giọt ngâu tí tách ngoài song
Giọt sầu mằn mặn đôi dòng hoen mi

Đời anh như cánh chim di
Để em một bóng xuân thì héo hon
Vẫn hoài giữ dạ sắt son
Những mong phương ấy chàng còn nhớ em.

TIỂU MUỘI
Chiều 12/8/2020

Tương Tư

Người ở phương nào? Có nhớ nhau?
Tim em nức nở, dạ nát nhàu
Chàng xuôi bến vắng tràn ngấn lệ
Thiếp ngược sông côi đẫm giọt châu
Thơ ái mượn vần trao nỗi nhớ
Nhạc tình vay nốt gửi niềm sầu
Vàng phai... vạn kiếp tương tư mãi
Đá nát... muôn đời thương nhớ nhau.

TIỂU MUỘI
Chiều 11/8/2020

Hai Phương Nghìn Đặm
(Hoạ vận thơ TM)

1
Hai phương nghìn dặm ngóng trông nhau
Hai trái tim hồng đã úa nhàu
Key West biển chiều rơm rớm lệ
Vân Phong bãi sáng nhạt nhoà châu
Nhờ con sóng bạc mang niềm nhớ
Cậy cánh chim di chở nỗi sầu
Em hỡi! giữa trần ai biển khổ
Tình càng trắc trở càng yêu nhau

2
Tình càng trắc trở càng yêu nhau
Hồn mộng gởi về đâu héo nhàu?
Phương nớ nhìn mưa ngâu ứa lệ
Nơi ni đọc lá thắm rơi châu (*)
Gởi trong tiếng hát ngàn nhung nhớ
Cất giữa vần thơ vạn thảm sầu
Sương khói ngập hồn thương cố lý
Nghìn năm còn mãi luyến lưu nhau

SÔNG TƯƠNG
Ngày 12/8/2020

(*) Do chữ "Hồng điệp đề thi" (Đề thơ trên lá thắm) điển tích Thuý Tần và Vu Hựu đề thơ trên lá thắm thả trôi dòng nước.

Có Phải Anh Chăng?!?

Có phải anh là nắng?
Hôn đôi má hây hây
Em đắm trong thinh lặng
Để hồn say ngất ngây

Có phải anh là gió?
Vờn mái tóc em bay
Rồi thì thầm nhỏ nhỏ
Yêu em nhất đời này.

TIỂU MUỘI
24/2/2022

Lời Tình Của Em
(Hoạ vận thơ TM)

Phải em là tia nắng?
Thắp khu rừng vàng hây
Anh ve sầu tĩnh lặng
Ôm mãi mối tình ngây

Phải em là cơn gió?
Mơn man vườn hương bay
Trao lời tình to nhỏ
Yêu anh nhất kiếp này

SÔNG TƯƠNG
Ngày 25/2/22

Lạnh Nghịch Mùa

Đôi tay xoắn xít vào nhau
Đang Xuân mà ngỡ ngày đầu mùa Đông
Bâng khuâng thoáng chút chạnh lòng
Giá như đang ở trong vòng tay anh?
TIỂU MUỘI
24/2/2022

Tháng Giêng Rét Mướt
Họa vận thơ TM

Hai năm đằng đẵng xa nhau
Tháng Giêng rét tựa ngày đầu lập Đông
Lạnh ngoài trời lạnh trong lòng
Phải chi em ở trong vòng tay anh?
SÔNG TƯƠNG
25/2/22

Xin Đừng Lỗi Hẹn

Lỡ trễ duyên ta ở kiếp này
Xin đừng lỗi hẹn ở kiếp mai
Hoàng hôn muốn đợi bình minh đến
Lại phải ngóng trông hết canh dài.

TIỂU MUỘI
24/2/2022

Như Sao Hôm Buồn
Hoạ vận thơ TM

Lỡ làng duyên nợ trên đời này
Như sao Hôm buồn nhớ sao Mai
Cùng thấy nhau mà không thể gặp
Tương tư tơ tưởng suốt đêm dài

SÔNG TƯƠNG
25/2/2022

Chúc Tết

Năm mới chúc em vui mỗi ngày
Trẻ đẹp, bình an luôn gặp may
Mẹ già trường thọ con thành đạt
Đẹp lạ vần thơ giọng hát hay
　　　　SÔNG TƯƠNG
　　　　　Sáng Mùng 1 Tết Nhâm Dần 2022

Chúc Tết
Hoạ ý thơ ST

Tết đến, đầu Xuân chúc vạn an
Phúc như Đông Hải, thọ Nam San
Cháu con vinh hiển và thành đạt
Gia đình hạnh phúc, tâm an nhàn.
　　　　　　　　TIỂU MUỘI
　　　　　　　　19/2/2022

29
Lỡ Phím Cung Sầu

Giọng ai ngân tiếng nỉ non?
Tiếc thương một thuở vàng son yêu lầm
Tơ đàn bao nhịp thanh âm?
Đời em bấy nhịp thăng trầm chênh vênh

Đò ngang một chuyến lênh đênh
Phù vân lặng lẽ bồng bềnh về đâu?
Đàn kia lỡ phím cung sầu
Còn gì đâu để mơ câu đá vàng?

Xin hoàng hôn chút nắng tàn
Hong khô giọt lệ phũ phàng đời em.

TIỂU MUỘI
Ngày 9/7/2021

Thương Em Không Biết Để Đâu?
Hoạ ý thơ TM

Thương em không biết để đâu? (*)
Thương cái đầu tàu lầm lũi sân ga
Đường xa gió cuốn mưa sa
Một mình trong cõi ta bà tháng năm

Thương em giọng hát u trầm
Từng lời to nhỏ thì thầm bên tai
Vần thơ sầu mộng ai hoài
Cho phương đông nhớ phương đoài khôn nguôi

Thương em tà áo mây trời
Anh xin làm gió rạng ngời duyên thơ

Ngày 9/7/2021
SỐNG TƯƠNG

(*) Thương em không biết để đâu
Để trong túi áo lâu lâu lại dòm (Ca dao)

Ơn Mẹ

Nay Thu lại về trước ngõ
Chiếc lá vàng theo gió rụng rơi
Ngày con thêm một tuổi đời
Là thêm một khắc mẹ rời xa con

Mẹ còn mấy sợi đa đoan
Vô thường ngấp nghé dần mòn lấy đi
Con chưa báo đáp được gì
Công ơn trời biển con ghi trong lòng

Cài lên ngực đoá hoa hồng
Nhớ ơn Mẹ đã yêu chồng thương con
Gian nan thân mẹ gầy mòn
Sợi đen sợi bạc vẫn còn hơn thua

Mẹ như chiếc lá cuối mùa
Giật mình con sợ gió đưa về ngàn
Tháng bảy kết hội Vu Lan
Lời kinh báo hiếu vọng vang lòng người

Thành tâm con khấn Phật Trời
Hộ trì cho Mẹ một đời bình an
Mắt mẹ mờ dấu thời gian
Con nguyện dìu Mẹ dặm ngàn đường xa.

TIỂU MUỘI
25/8/2020

Thương Mẹ
Hoạ vận thơ TM

1
Ngọn gió heo may về tới ngõ
Đầu tường chiếc lá đỏ rơi rơi…
Nhớ hình bóng Mẹ bên đời
Bồi hồi thương Mẹ của người thương con

Còng lưng Mẹ gánh đa đoan
Vết hằn năm tháng mỏi mòn chân đi
Theo chồng vạn lý sá gì
Nam Định, Đèo Cả… còn ghi trong lòng

Bao la tình Mẹ biển hồng
Trọn lòng chung thuỷ yêu chồng thương con
Mẹ già nay đã héo mòn
Trải bao mưa nắng đời còn thắng thua?

Mẹ già như lá cuối mùa
Như sương đầu ngõ như mưa trên ngàn
Nghe Kinh Báo Hiếu Vu Lan
Con cầu cho Mẹ bình an cõi người

Một trăm tuổi thọ Ơn Trời
Thân tâm thường lạc cuộc đời yên an
Tóc mây in bóng thời gian
Tấm lòng Từ Mẫu suối ngàn sông xa

2
Sương khói lạnh lùng giăng kín ngõ
Tàu cau trước gió khẽ buông rơi…
Vườn trầu tiễn Mẹ xa đời
Sinh ly tử biệt Mẹ rời chồng con

Suốt đời vất vả đa đoan
Thân cò gánh gạo rã mòn lối đi
Trèo đèo cực khổ sá gì?
"Quan Âm cứu nạn" còn ghi trong lòng

Nắng mưa đã nhạt má hồng
Chiến tranh tù ngục hết chồng đến con
Như cây khô bên lối mòn
Chân bùn tay lấm héo hon bấc lùa

Một năm trời có bốn mùa
Mẹ tôi chỉ có nắng mưa ngút ngàn
Năm nay Đại Lễ Vu Lan
Hồi chuông Bát Nhã vọng vang xứ người

Con thầm khấn nguyện Phật Trời
Độ trì hồn Mẹ về nơi an nhàn
Con còn phiêu bạt thế gian
Đường về quê Mẹ muôn ngàn dặm xa

SÔNG TƯƠNG
30/8/2020.

31
Lời Chúc Từ Quê Hương

Phương anh hoa pháo khắp trời
Người người trẩy hội, nơi nơi vui mừng
Đón lễ Lao Động tưng bừng
Cờ bay rực rỡ phố phường đẹp tươi

Thiên Đường Trần Thế là nơi...
Nhân Quyền- Bình Đẳng nói lời Tự Do
Đẹp thay xứ sở Cờ Hoa!
Cưu mang, bảo bọc, chan hoà bốn phương

Chút tình từ chốn cố hương
Em xin mến gửi người thương đôi lời
Dù đi khắp nẻo cùng trời
Chúc cho anh được đời đời bình an

Nơi anh vui lễ rộn ràng
Đồng hương họp mặt chứa chan nghĩa tình
Quê nhà em ngồi một mình
Thả hồn vào đoạn thơ tình... tặng anh,
TIỂU MUỘI
Ngày 8/9/2020

Lời Yêu Từ Xứ Người
(Họa vận thơ TM)

Pháo bông lạch tạch sáng trời
Ngày lễ Lao Động nhiều nơi ăn mừng
Đường phố vui vẻ tưng bừng
Trai tài gái sắc hoà chung tiếng cười

Hoa Kỳ quả đúng là nơi
Thiên đường tại thế sống đời tự do
Nền dân chủ đẹp như hoa
Tình người chân thật chan hoà muôn phương

Riêng lòng hai chữ cố hương
Vẫn luôn canh cánh nhớ thương không lời
Cánh chim bạt gió phương trời
Cầu mong quê Mẹ đời đời thái an

Đêm nay lòng bỗng rộn ràng
Đọc thơ em viết chứa chan bao tình?
Ngồi bên cửa sổ nhớ mình
Hoạ bài thơ tình xin gởi về em

SÔNG TƯƠNG
Ngày 8/9/2020

Mơ Phút Đoàn Viên

Thầm hỏi người ơi! Có thương không?
Quê nhà, thiếu phụ hoài đợi mong
Chiều buông, hồn gửi về xa vắng
Mơ phút đoàn viên thoả nỗi lòng.
TIỂU MUỘI

Hồn Mộng Về Thăm
(Họa vận thơ TM)

1
Bên ấy có còn nhớ đến không?
Phương anh chiều sáng vẫn hoài mong
Đại dương hun hút sầu chia biệt
Cầu Ô đâu sóng tả tơi lòng?
2
Em hỏi người xa "Có thương không?"
Xứ người anh mỏi mòn chờ mong
Vân Phong sương khói mờ mây sóng
Hồn mộng về thăm gởi tấc lòng
SÔNG TƯƠNG

Thân Cò Lặn Lội
Tặng TM

Thân cò lặn lội quãng đường xa
Dũng cảm hi sinh tâm vị tha
Tháng giá ngày đông không quản ngại
Bữa no bữa đói chẳng nề hà
Tấm lòng quảng đại vì con trẻ
Đạo hiếu chu toàn phụng mẹ già
Giã, Đại Lãnh, Đầm Môn, Giác Hải…
Thân này ví phỏng xẻ làm ba

      SÔNG TƯƠNG
      20/9/2020

Đọc Thơ Xa
Hoạ vận thơ ST

Đọc mấy dòng thơ từ xứ xa
Từng câu từng ý thật thiết tha
Dầm sương dãi gió không còn ngại
Trăm đắng ngàn cay chẳng nệ hà
Đâu sợ gian truân hoài sức trẻ
Chỉ e phiền muộn phí tuổi già
Lắng lòng theo tiếng chuông Giác Hải
Cơ cực mười phần còn lại ba.

      TIỂU MUỘI
      21/9/2020

34
Ơn Anh

Cảm ơn anh những khi em buồn tủi
Luôn ở bên để an ủi chở che
Thêm tinh thần khiến em bớt sợ e
Tận trời xa luôn lắng nghe, thấu hiểu...

Cảm ơn anh với tình yêu kỳ diệu
Lời sẻ chia như giai điệu ngọt ngào
Tấm lòng anh, ôi! sâu rộng biết bao!
Ân tình ấy biết làm sao đền đáp?

Nếu ai hỏi: có nơi nào ấm áp?
Em trả lời: nơi tràn ngập tim anh
Giữa bao la trong vũ trụ ngũ hành
Gặp được anh là duyên lành phước hạnh!

Dạo có anh lòng không còn giá lạnh
Anh nồng nàn tựa như ánh bình minh
Cám ơn anh người tri kỷ chân tình
Dù cách trở vẫn yêu anh suốt kiếp.

TIỂU MUỘI
24/9/2020

Em Hiện Hữu
Hoạ vận thơ TM

Em hiện hữu cho anh thôi hờn tủi
Thêm niềm tin cùng khích lệ chở che
Trước sa mạc đời không thể ngại e
"Đáo bỉ ngạn" đầy thương yêu cảm hiểu

Em hiện hữu cho tình thơ ảo diệu
"Yêu người trong mộng" vần điệu ngọt ngào (1)
"Chuyện hẹn hò" giọng êm ái biết bao (2)
"Ngàn năm vẫn đợi" làm sao báo đáp? (3)

Em hiện hữu cho mùa Đông ấm áp
Cho hương Xuân thơm ngát lối đi anh
Trước tam thiên thế giới đang vận hành
Xin cảm tạ tình em nguồn phước hạnh

Em hiện hữu cho đời thôi giá lạnh
Những bản Thiền ca xoa dịu vô minh
Một trăm bài thơ ứng khẩu chân tình
Anh nguyện yêu em muôn đời muôn kiếp

SÔNG TƯƠNG
24/9/2020

(1) "Yêu người trong mộng": tên 1 bài thơ của TM
(2) "Chuyện hẹn hò": PPS nhạc qua tiếng hát TM
(3) "Ngàn năm vẫn đợi": tên 1 bài thơ của TM

35
Nơi Tình Yêu Bắt Đầu

Bắt đầu từ những vần thơ
Bắt đầu từ những dại khờ tim rung
Bắt đầu lòng biết nhớ nhung
Bắt đầu yêu giữa nghìn trùng cách xa

Bắt đầu đếm những mùa qua
Bắt đầu mơ tưởng mặn mà nụ hôn
Bắt đầu nỗi nhớ dập dồn
Bắt đầu đêm vắng thả hồn vào mơ

Bắt đầu se kết duyên tơ
Bắt đầu một mối Tình Thơ... Bắt đầu.

TIỂU MUỘI
Ngày 5/6/2021

Gặp Nhau Trong Mơ
Hồi đáp thơ TM

Đêm qua mình gặp nhau trong mộng
Em mặc quần jean áo thun xanh
Suối tóc huyền buông lơi gợn sóng
Thân hình nóng bỏng đẹp nghiêng thành!

Anh đưa em đến đảo bồng nào?
Biển trời hội ngộ én nghiêng chao
Địa đàng chỉ có đôi tri kỷ
Nụ hôn nồng cháy tình dạt dào…

Hồng nhan tri kỷ người trong mộng!
Mình đã gặp nhau trong giấc mơ
Sẽ còn tái ngộ ngoài đời thực?
Tình đẹp như thơ chẳng bến bờ!

SÔNG TƯƠNG
Ngày 10/6/2021

Tủi Phận

Thêm một lần em để lòng yếu đuối
Nghe tiếng mưa, tim rưng rức ngậm ngùi
Khoé mắt cay có chút gì hờn tủi!?!
Phận bọt bèo sầu biết thuở nào nguôi!?!

TIỂU MUỘI
Ngày 7/10/2020

Em Hãy Vươn Lên
Hoạ vận thơ TM

Em hãy vươn lên chớ nên yếu đuối
Cố gắng bỏ buông tiếc nuối bùi ngùi
Anh muốn lau khô đắng cay sầu tủi
Tình diệu kỳ sầu khổ sẽ ngoai nguôi

SÔNG TƯƠNG
Ngày 7/10/2020

Nhớ Sông Tương

Trót mắc vào tim một chữ thương
Hồn như phiêu lãng chốn diệu thường
Lao xao gió thoảng mơ Biển Nhớ (*)
Lất phất mưa bay tưởng Sông Tương
Lá úa điểm vàng dâng sầu gợi
Cành khô nhuộm bạc phủ buồn vương
Hai phương cách trở xa vời vợi
Tình vẫn theo anh vạn nẻo đường.

TIỂU MUỘI
Ngày 9/10/2020

(*) Biển Nhớ: nhạc Trịnh Công Sơn, 1962.

Yêu Tiểu Muội
(Hoạ vận thơ TM)

Thung lũng xanh vàng tím sắc thương
Dòng sông róc rách chảy vô thường
Thầm thì giọng hát xao Hương Bưởi (*)
Thánh thót câu hò vọng Bến Tương
Nhớ mãi bờ môi tình ái vướng
Mơ hoài ánh mắt nghiệp thơ vương
Trót yêu Tiểu Muội người trong mộng
Hồn mãi theo em vạn bước đường.

SÔNG TƯƠNG
Ngày 9/10/2020

(*) Hương Bưởi: thơ Nguyễn Thiện, nhạc Minh Dương

Tơ Vương

Lãng đãng mây buồn lững thững trôi
Chiều nghiêng nắng đổ phía chân đồi
Én nhạn lạc bầy tung cánh vội
Chạnh lòng nghe nằng nặng tim côi

Thuyền xuôi bến mộng mấy khúc nôi
Bơ vơ em đợi mấy trăng rồi
Tơ lòng vương vấn tình bao nỗi
Bến vắng mình em đứng lẻ loi

Dõi mắt trông về chốn xa xôi
Rưng rưng ngấn lệ mặn bờ môi
Người đây kẻ đó, sầu giăng lối
Anh hỡi! Bao giờ ta có đôi?

TIỂU MUỘI
Ngày 10/10/2020

Anh Nợ Tình Em
Hoạ vận thơ TM

Chiều Thu mây khói lững lờ trôi…
Sương trắng chơi vơi xóa núi đồi
Rừng lạnh chim bay về tổ vội
Thương em sầu khổ sống đơn côi

Tan nát lòng anh vạn khúc nôi
Ngóng trông dài cổ cuối Thu rồi
Vàng bay trên bến thương nghìn nỗi
Để bạn tri âm sống lẻ loi

Dằn xé tim anh lệ mặn môi
Đường xa thăm thẳm mấy phương trời?
Nghe hồn nằng nặng sầu muôn lối
Anh nợ tình em chữ chung đôi

SÔNG TƯƠNG
Ngày 10/10/2020

Thương Lắm Miền Trung Ơi!

Thương lắm miền Trung ơi thảm sầu!
Mênh mông biển nước cửa nhà đâu?
Ruộng vườn của cải trôi ra biển
Vốn liếng một đời chìm bể sâu

Thương lắm miền Trung ơi đau thương!
Vợ chồng thất lạc cảnh đoạn trường
Em thơ sống sót đeo mái rạ
Tay chị run run bấu víu tường

Thương lắm miền Trung ơi não lòng!
Màn trời chiếu đất lệ thành dòng
Tám tỉnh suốt ba tuần khổ ải
Nước vẫn không đi vẫn mênh mông

Thương lắm miền Trung ơi chưa thôi!
Bão còn đe dọa ở ngoài khơi
Đang tiến vào bờ cấp mười bốn
Tương lai đen tối lệ sầu rơi...

Thương lắm miền Trung ơi! nguyện cầu
Phật Trời cứu giúp xóa nỗi đau
Vượt trăm thảm cảnh ngàn tang tóc
An cư xây dựng lại từ đầu.

TIỂU MUỘI
22/10/2020

Tấm Lòng Ca Sĩ Tiểu Muội
Hoạ ý thơ TM

Cây bão số 9 vừa đi qua
Đèo cao lũng thấp đường ổ gà
Bão rớt cao nguyên mưa xối xả
Đoàn người cứu trợ đến Ba Na

Bản Thượng đường xa bao tấm lòng?
Muốn chia sẻ những đời long đong
Thiếu ăn thiếu mặc nơi biên giới
Lũ lụt cuồng phong khổ chất chồng

Em đến với những người bất hạnh
Em lên tận bản làng xa xôi
Ủi an thiếu phụ, bồng em bé
Mái rớt tôn rơi đời tả tơi

Tấm lòng Tiểu Muội một bài ca
Chạm vào tim bản làng Ba Na
Xẻ áo nhường cơm khi đói lạnh
Tình trong hoạn nạn đã ra hoa

SÔNG TƯƠNG
Ngày 3/11/2020

Thương Em

Năm nào cũng như năm nào?
Miền Trung bão lụt xiết bao thảm sầu!
Chia lìa mất mát thương đau
Màn trời chiếu đất dãi dầu gian lao...

Năm nào cũng như năm nao?
Thương em chẳng biết khi nào thảnh thơi?
Miền Trung xơ xác tả tơi
Tai trời ách nước phận người long đong

Năm nào anh cũng cầu mong
Trời yên bể lặng cho đồng lúa xanh
Cho vườn trái ngọt cây lành
Cho em tươi thắm như cành hoa sen

SÔNG TƯƠNG
Ngày 6/11/2020

Thương Anh
Hồi đáp thơ ST

Thương anh thương bởi tấm lòng
Tình anh ấm áp sáng trong cao vời
Này người thương của em ơi!
Duyên này vạn kiếp muôn đời khắc sâu.

TIỂU MUỘI
Ngày 6/11/2020

41

Vị Ngọt Tình Thơ

Bước cùng anh vào vườn thơ tình ái
Nụ hồng xinh còn ngái ngủ trên cành
Lòng ngại ngùng chẳng dám ngước nhìn anh
Chỉ len lén rồi bước nhanh vội vã

Hình như hoa vừa thì thầm cùng lá
"Mối tình thơ họ đẹp quá đi thôi!"
Ghì đôi vai anh trao nụ hôn môi
Em cứ ngỡ cả đất trời nghiêng ngả

Từ lồng ngực cứ từng hồi hối hả
Đôi trái tim như quên cả lối về
Vòng tay nào siết chặt những đam mê
Vườn thơ ái bỗng tràn trề cảm xúc...

Anh và em đắm chìm trong hạnh phúc
Đoá hoa hồng nở rộ chúc tình thơ.

TIỂU MUỘI
Ngày 11/6/2020

Lục Bát Tình Yêu Và Địa Đàng
Hồi đáp thơ TM

Lòng T dào dạt sóng tràn
Tình yêu phước hạnh địa đàng là đây
Anh vừa cạn ly rượu đầy
Men tình chếnh choáng ngất ngây tâm hồn

Hôm qua lòng cứ bồn chồn
Sáng nay nhận được phước ơn đủ đầy
"Vị ngọt tình thơ" đắm say
Tháng Năm phượng tím cỏ cây rộn ràng

Đồi thông oanh yến hót vang
Dương cầm thánh thót ngàn ngàn loài hoa
Sóng hôn bờ cát diết da
Hồng nhung triệu đoá thiết tha tặng người

Tạ ơn M tạ ơn đời
Tạ ơn tri kỷ ngàn lời dấu yêu
Gởi M nhan sắc diễm kiều
Bài thơ lục bát tình yêu địa đàng

SÔNG TƯƠNG
Ngày 11/6/2020

42

Một Thời Để Nhớ

Bỗng dưng nhớ chuyện hôm nao
Nghe chừng giọt mật ngọt ngào bờ môi
Cái thời... đây đó... bồi hồi
Trái tim đập mạnh đất trời ngả nghiêng

Cái thời... bẽn lẽn... trao duyên
Câu thơ bắt nhịp nối liền yêu thương
Một nửa hồn vượt đại dương
Một nửa khờ dại đêm trường nhớ nhau.

TIỂU MUỘI
Ngày 9/12/2020

Đông Về Nhớ Tháng Ba Nao?
Hoạ vận thơ TM

Đông về nhớ tháng Ba nao?
Đêm từng đêm mộng ngọt ngào bờ môi
Khát khao thương nhớ bồi hồi
Trái tim núi lửa đất trời chao nghiêng

Tháng Ba nào kết mối duyên?
"Gởi người trong mộng" nối liền yêu thương
"Mộng tình thơ" vượt đại dương
Đôi tim si dại miên trường có nhau

SÔNG TƯƠNG
Ngày 9/12/2020

43

Tri Âm Chúc Tết

Thế rồi năm cũ cũng qua
Đất trời khoác áo lụa là đón xuân
Trẻ thơ ríu rít vui mừng
Nhà nhà kẹo mứt, bánh chưng đủ đầy

Dường như hoa lá cỏ cây
Cũng đang nẩy lộc tràn đầy sắc hương
Mấy lời em gửi người thương
Chúc anh năm mới thuận đường hiển vinh

Vườn nhà triệu quả rung rinh
Vườn thơ thi khách hữu tình ghé thăm
Chúc anh Phước Thọ trăm năm
Thi Ca Lưu Dấu Tri Âm Muôn Đời.

TIỂU MUỘI
31/12/21

Tri Kỷ Chúc Xuân
Hoạ vận thơ TM

Hai năm Covid đã qua
Núi đồi mặc áo hoa cà đón Xuân
Biển bờ én liệng đón mừng
Trước thềm lan cúc mai chưng bày đầy

Niềm vui lan khắp cỏ cây
Đình chùa miếu mạo thắp đầy trầm hương
Đôi lời xin chúc người thương
Thái an may mắn đôi đường quang vinh

Cửa Giã sóng nước rung rinh
Vân Phong danh thắng hữu tình khách thăm
Tình thơ còn mãi ngàn năm
Mối duyên âm nhạc tri âm vạn đời

SÔNG TƯƠNG
Ngày 2/1/2022

44. Một Đời Yêu Nhau

Chẳng tham gác tía lầu đài
Chỉ mong có được bờ vai của chàng
Chẳng cần quyền quý cao sang
Vui buồn chỉ muốn có chàng kề bên

Duyên ta bèo nước lênh đênh
Yêu chàng lên thác xuống ghềnh cũng cam
Quê nghèo sương phủ khói lam
Càng xa càng nhớ biết làm sao nguôi?

Lỡ yêu thì cứ yêu thôi
Dù sao cũng trót yêu rồi người ơi!
Dẫu không chung ánh mặt trời
Nhưng nguyện chung cả một đời bên nhau.

TIỂU MUỘI
15/5/2021

Tình Em Cao Cả
Hồi đáp thơ TM

Sáng mong sáng, chiều mong chiều
Tình mình ướt đẫm hương yêu
Muốn ở bên em mãi mãi
Để bù giây phút cô liêu

Sáng ngóng sáng, chiều ngóng chiều
Trăm ngàn vạn nụ hôn yêu
Muốn sống bên em mãi mãi
Để bù khoảnh khắc đìu hiu

Em đã cho anh tất cả
Tình yêu hạnh phúc địa đàng
Em đã vượt qua tất cả
Biên cương sầu khổ cơ hàn

Em đã cho anh lẽ sống
Niềm tin hy vọng vô bờ
Cho anh có nơi mong ngóng
Giữa đời sầu khổ bơ vơ

Tình em trăng Thu vằng vặc
Soi bước chân người lãng du
Vượt qua khó khăn bế tắc
Cho tình rực sáng thiên thu

Tình em vị tha cao cả
Cho anh quên mọi niềm sầu
Tình em diệu kỳ bí nhiệm
Cho tình đẹp mãi ngàn sau

SÔNG TƯƠNG
20/5/2021

Bên Nớ Bên Ni

Bên nớ mặt trời chiếu bóng cây
Bên ni em ngóng bóng trăng gầy
Nghe hồn len lỏi miền hư ảo
Bóng chàng lãng tử tựa khói mây.
                              TIỂU MUỘI
                              Ngày 4/5/2021

Tình Em Cao Đẹp
Hoạ vận thơ TM

Hồn anh như thể một rừng cây
Soi bóng xuống hồ Thu dáng gầy
Lấp lánh ánh trăng Thu dát bạc
Tình em cao đẹp tựa vầng mây
                              SÔNG TƯƠNG
                              Ngày 4/5/2021

Nhớ Vần Thơ

Nhớ những vần thơ, nhớ nao lòng
Hỏi thầm chàng có biết hay không?
Một ngày không thấy dòng thư gửi
Trống vắng vây quanh chốn khuê phòng.

TIỂU MUỘI
Ngày 2/5/2021

Đọc Thơ Em
Hoạ vận thơ TM

1
Vần thơ chân chất nao nao lòng
Càng đọc càng yêu em biết không?
Một ngày chẳng thấy ba Thu vắng
Nỗi nhớ nhung sầu tím thư phòng

2
Đọc lại những vần thơ não lòng
Hồn anh bay bổng tận hư không
Càng yêu càng quý người trong mộng
Muốn bay về gõ cửa cô phòng

SÔNG TƯƠNG
Ngày 2/5/2021

Hương Tình Gửi Anh

Người thương ơi hỡi có hay!?
Cát tường đã nở tím đầy lối xưa
Nhớ anh biết nói sao vừa
Hạ tàn, thu đến sao chưa thấy chàng?

Hương hoa gửi gió mây ngàn
Hương tình em gửi đến chàng thi nhân.
TIỂU MUỘI.
Ngày 6/9/2020

Chiều Buồn Nhớ Em
(Hoạ vận thơ TM)

Chiều buồn thơ thẩn ai hay?
Hoa Pensée nở tím đầy lối xưa
Tô thêm ráng đỏ cho vừa
Thu vàng đổ lá vẫn chưa gặp nàng

Đường về xa thẳm non ngàn
Nhưng hồn đã ở bên nàng giai nhân
SÔNG TƯƠNG
Ngày 6/9/2020

48

Mùa Đông

Cây bàng lá đỏ ối
Quạ kêu vang đồng nội
Đất trời đã vào đông
Mưa phùn gió bắc thổi

Em nhớ mặc áo bông
Suốt ngày anh hướng lòng
Về bên kia bờ vịnh
Mong em mau hết bịnh

Mong con đường lưu thông
Phố phường thôi giãn cách
Học trò được cắp sách
Chợ nhộn nhịp vui đông

Trả cho người hạnh phúc
Cùng cuộc sống êm đềm
Trả cho em sân khấu
Cùng lời ca ngọt mềm

SÔNG TƯƠNG
Ngày 25/11/2021

Một Mình
Hồi đáp thơ ST

Một mình lạnh buốt hồn đau
Một mình trở giấc canh thâu mấy lần
Một mình nghe dạ bâng khuâng
Một mình nhung nhớ trào dâng ngập lòng.

Một mình lạnh lẽo cô phòng
Một mình lã chã đôi dòng châu rơi
Một mình khổ lắm ai ơi!
Một mình ngồi nhớ lẻ loi một mình.

Một mình mơ bóng, tưởng hình
Một mình em với lặng thinh tứ bề
Một mình vẹn giữ ước thề
Một mình em đợi anh về bến mơ.

TIỂU MUỘI
Ngày 1/12/2021

49. Trót Yêu Người Trong Mộng

Trái tim em đa cảm đa sầu
Bí nhiệm như dòng sông nước sâu
Sáng tỏ như vầng trăng mười sáu
Dũng cảm như bao ngọn sóng đầu

Hỡi nàng Ca sĩ đẹp xinh ơi!
Tấm lòng son sắt nhất trên đời
Anh đã trót yêu người trong mộng
Mối tình thơ lãng mạn cao vời

Càng cách xa anh càng yêu em
Tình mình như thể chuyện thần tiên
Yêu em anh bỗng thành núi lửa
Yêu điên yêu dại yêu triền miên

Yêu em bằng trái tim nhiệm mầu
Yêu em từ phút giây ban đầu
Yêu em như thể loài ong mật
Si mê chết lịm giữa mùa ngâu

SÔNG TƯƠNG
Ngày 3/9/2021

Thiên Duyên Tình Kiếp
Hoạ vận thơ ST

Trần gian em đến trả nghiệp sầu
Trả hoài chưa hết nghĩa nặng sâu
Trả từ tuổi mộng trăng mười sáu
Nước mắt dầm chan ướt duyên đầu

Hỡi chàng thi sĩ của em ơi!
Tình ta kỳ diệu nhất trên đời
Thương nhớ tìm về nơi cõi mộng
Nhất dạ đồng tâm dẫu xa vời

Duyên ở cõi này anh gặp em
Hay trong tiền kiếp chốn thi tiên
Tình đã âm thầm nhen ngọn lửa
Luân hồi mấy độ cháy trường miên

Cứ ngỡ đời em đã phai màu
Vụn vỡ nát tan theo tình đầu
Anh đến trao em bờ môi mật
Hạnh phúc ngập tràn suốt mùa ngâu

TIỂU MUỘI
Ngày 3/9/2021

50. Tình Anh

Mắt em dịu mát nắng trưa
Tóc thơm bồ kết hương đưa lưng trời
Môi em ướp mật vị đời
Cho mình ngây ngất ngập trời đê mê

Khi lòng trọn nghĩa vẹn thề
Bao nhiêu cám dỗ chẳng hề nghiêng chao
Trên trời có mấy ngôi sao?
Ví như bằng bấy ngọt ngào tình anh

Duyên ta sẽ mãi màu xanh
Khi mình mãi giữ chân thành tình yêu.

TIỂU MUỘI
Ngày 10/9/2020

Tình Mộng
Họa vận thơ TM

1
Phương nào xa lắc giữa trưa?
Đại thiên thế giới gió mưa mù trời
Bên này mây phủ trần đời
Bên kia Tiên cảnh rạng ngời đê mê

Ngàn năm còn nhớ câu thề
Từ trong duy thức nẻo về nghiêng chao
Tình em lãng đãng trăng sao
Trải qua tam thế sao nào của anh?

Cõi Thi Tiên vườn đào xanh
Đôi ta hò hẹn kết thành mối yêu

2
Lá đào rơi rắc lối trưa…
Suối reo chim hót mưa thưa cuối trời
Trích Tiên từ tạ xuống đời
Có giai nhân tiến tuyệt vời đam mê!

Vườn đào xưa trót hẹn thề
Vì yêu bị đoạ lối về nghiêng chao
Cõi trần mờ mịt trăng sao
Nghiệp duyên còn đó dạt dào tim anh

Cánh hồng bay bổng trời xanh
Nghe trong tâm thức đẹp lành tình yêu

3
Gió Lào thổi rạp vườn trưa
Tháng Bảy mở hội gió mưa rợp trời
Nửa đời bầm dập tả tơi
Bao nhiêu dâu bể núi dời sông mê…

Hai phương trời trót hẹn thề
Giao bôi rượu rót... lối về nghiêng chao
Mắt huyền lóng lánh trời sao
Em âu yếm hỏi sao nào của anh?

Tình em dát ngọc tím xanh
Đê mê chất ngất duyên lành trao yêu
4
Xạc xào tiếng lá ru trưa
Anh và tịch lặng ngắm mưa lưng trời
Tạ ơn em tạ ơn đời
Tạ ơn tri ngộ tuyệt vời đam mê!

Làm sao quên được đêm thề?
Đôi tim hạnh phúc tràn trề ôi chao!
Tình em huyền diệu trăng sao
Nồng nàn tha thiết ngọt ngào yến anh

Thu về nhìn ánh trăng xanh
Đôi ta còn mãi duyên lành tình yêu

SÔNG TƯƠNG
Ngày 11/9/2020

51
Em Bói Quẻ Tình

Hôm nay Em gieo quẻ tình
Quẻ này chỉ bói cho mình anh thôi
Tuổi anh đã mấy xuân rồi?
Số anh "Thầy" đoán sống đời phương xa

Quẻ này linh nghiệm lắm nha
Nên yêu Thầy Bói... tình xa vẫn nồng
Tiền quẻ "Thầy" tính... không đồng
Miễn phí thêm sợi tơ hồng xinh xinh

Se duyên đôi đứa chúng mình
Quẻ này "Thầy" phán... kết tình luyến thương
Tuy không nguyệt thẹn hoa nhường
Bằng lòng "Thầy" nguyện chung đường về sau.

TIỂU MUỘI
Ngày 2/9/2020

Lá Số Tử Vi
Hoạ vận thơ TM

Lá số tử vi duyên tình
Chỉ coi vận mệnh đôi mình mà thôi
Quen nhau từ cuối Xuân rồi
Chữ duyên trắc trở chữ thời còn xa

Chữ hậu vận tốt đó nha
Tri âm tri kỷ thiết tha mặn nồng
Tâm đầu ý hợp tương đồng
Nhạc thơ hoà quyện vườn hồng trổ xinh

"Lưỡng mộc thành lâm" đôi mình
Tuyệt vời bổn mạng đậm tình yêu thương
"Nhật nhật tân" luôn nhịn nhường
Mối tình thơ đẹp con đường mai sau

SÔNG TƯƠNG
Ngày 2/9/2020

52

Tình Đẹp Như Mơ

Nụ cười bừng chớm nở
Cảm xúc dâng ngập trời
Chứa chan từng điệu nhớ
Trong vần thơ sáng ngời

Ôi! Cả tấm lòng vàng
Luôn lặng lẽ dịu dàng
Anh đến trong lời hát
Ru hồn em miên man

Biển chiều biêng biếc xanh
Mặt nước chiếu long lanh
Từng đôi đùa trong gió
Đẹp như một bức tranh

Từng ký ức ùa về
Em ngẩn ngơ hoài niệm
Tháng Ba ơi! Mầu nhiệm
Tình mình đẹp như mơ!

TIỂU MUỘI
Ngày 7/3/2022

Khi Em Xuất Hiện
Hồi đáp thơ TM

Khi em xuất hiện sóng dâng trào
Hải âu bay lượn gió lao xao
Rặng liễu đìu hiu lên tiếng hát
Cho hồn lãng tử khẽ nghiêng chao

Khi em xuất hiện ánh chiều buông
Vàng cả trời mây đẹp ảo huyền
Hoa muống biển khoe ngàn cánh tím
Cho sóng đa tình lãng mạn thêm

Khi em xuất hiện nguyệt vừa tròn
Nước nhược non bồng diễm tuyệt hơn
Trên cát giai nhân thầm đếm bước
Cho hồn lãng tử hoài cô đơn

SÔNG TƯƠNG
Ngày 8/3/2022

Em Chẳng Sợ

Em chẳng sợ đường khuya sương thấm lạnh
Vì nghĩ rằng đi bên cạnh Sông Tương
Em chẳng e thân nhi nữ dặm trường
Vì em biết người thương đang dõi bước

Lòng tự nhủ... anh đang chờ phía trước
Mau về nhà em sẽ được bên anh
Dù đường khuya sương lạnh ướt tơ mành
Nghĩ đến anh bỗng trở thành ấm áp.
TIỂU MUỘI
Ngày 10/4/2021

Anh Nào Ngại
Hoạ vận thơ TM

Anh nào ngại mưa bay hay gió lạnh
Mà chỉ lo em hiu quạnh bờ Tương
Phải còng lưng trên dặm thẳm đường trường
Gánh duyên phận sầu thương qua mỗi bước

Anh nào ngại mây đen vần ngõ trước
Mà chỉ lo em vất vả vì anh
Nơi xứ người dù tuyết trắng phủ mành
Còn Tiểu Muội lòng anh còn ấm áp
SÔNG TƯƠNG
11/4/2021

54

Gửi Trăng

Trăng ơi! trăng ở trên trời
Hẳn là nhìn thấy được người ta yêu
Vài lời e ấp chắt chiu
Nhờ Trăng nói hộ đôi điều giúp ta

Rằng nơi đây chốn quê nhà
Đèn khuya, thiếu phụ vọng xa nhớ chàng
Dù cho nghịch cảnh trái ngang
Lòng ta vẫn vẹn đá vàng cùng ai

Chỉ mong trên bước đường dài
Người ơi! đừng để nhạt phai ân tình
Trời cao một bóng trăng in
Tim ta chỉ một bóng hình chàng thôi!

TIỂU MUỘI
26/3/2021

Nguyệt Sáng
Họa vận thơ TM

1
Nguyệt ơi! nguyệt ở giữa trời
Hãy soi giùm lối cho người ta yêu
Suốt năm đằng đẵng chắt chiu
Nhặt thương góp nhớ sáng chiều gởi ta

Phương xa hồn gởi quê nhà
Trong mơ còn tưởng trăng xa thiếp-chàng
Vô vàn trắc trở trái ngang
Vẫn yêu một ánh trăng vàng vì ai?

Tình em biển rộng sông dài
Mà thuyền ta mãi đắm say duyên tình
Giữa trời nguyệt sáng gương in
Trong thơ chỉ một bóng hình nàng thôi

2
Vầng trăng lồng lộng đỉnh trời
Sáng soi từng bước chân người dấu yêu
Bốn mùa chăm chỉ chắt chiu
Góp gom vần điệu yêu kiều gởi ta

Đêm qua hồn mộng về nhà
Trăng treo bờ vịnh gối hoa cùng nàng
Tim nàng dũng cảm hiên ngang
Vượt muôn rào cản "đá vàng cùng ai"

Thuyền thơ còn đó sông dài
Yêu em đứt ruột nào phai nhạt tình
Giữa trời nguyệt sáng gương in
Trong ta lồng lộng chỉ mình em thôi

SÔNG TƯƠNG
28/3/2021

Tiếng Tơ Lòng

Chiều nghe ai trút tơ đàn
Từ trong réo rắt thở than nghẹn lời
Tủi lòng ta lắm đàn ơi!
Rằng ta duyên nợ, phận đời khác chi

Ngẩng đầu ngăn lệ tràn mi
Mới hay vết cũ dễ gì phôi pha
Người buồn tìm đến câu ca
Ta buồn nuốt ngược xót xa vào lòng.

TIỂU MUỘI
18/3/2021

Khóc Như Đứa Trẻ
Hoạ vận thơ TM

Đời nàng như một cung đàn
Hẩm hiu duyên phận sầu than không lời
Tim ta nức nở đàn ơi!
Người về từ cõi chết... đời thảm chi!

Nỗi nàng ta lại ướt mi
Khóc như đứa trẻ "dễ gì phôi pha"
Chiều mưa vọng tiếng thu ca
Cho ta chia những xót xa não lòng

SÔNG TƯƠNG
18/3/2021

Lạc Vào Mắt Anh

Mắt anh có phải hồ thu không?
Mà sao hiền dịu lại sáng trong
Hồn em lạc mất vào chốn ấy
Tràn ngập yêu thương xao xuyến lòng.

TIỂU MUỘI
15/8/2020

Môi Em Bồ Đào
Hoạ vận thơ TM

Môi em có phải bồ đào không?
Dưới liễu ánh trăng vàng sáng trong
Chếnh choáng men tình say lướt khướt
Mê cung lạc lối ngất ngây lòng!

SÔNG TƯƠNG
15/8/2020

57. Chờ Đợi Giờ Giao Thừa

Mai già đứng đợi tháng ngày qua
Gió bấc mưa phùn sương tuyết pha
Cứng cỏi kiên cường trên vách đá
Thách đố mùa Đông lạnh cắt da

Mai hẹn Giao thừa để trổ hoa
Cánh vàng bung thắng đẹp chan hoà
Lộc đỏ chồi xanh như chấm phá
Điểm tô khí tiết một loài hoa

Trên đá sắc hương vẫn đậm đà
Xương mai gầy guộc nở đầy hoa
Đang cùng ta đợi giờ linh hiển
Chào đón Chúa Xuân tình thiết tha
    SÔNG TƯƠNG
    Chiều 29 Tết Tân Sửu 2021

Cầu Duyên Mãi Thiết Tha
Hoạ vận thơ ST

Tích tắc... đồng hồ điểm canh qua
Kết thúc một năm gắng xông pha
Chẳng dám sánh nàng Tô hoá đá
Cũng trọn thuỷ chung thắm thịt da

Tình ta tươi đẹp tựa ngàn hoa
Đôi nơi vẫn Ý Hợp - Tâm Hoà
Vườn thơ tìm đến cùng khám phá
Chắt lọc để đời những tinh hoa

Cội Mai Quân Tử hương la đà
Thanh khiết nhẹ nhàng muôn cánh hoa
Xuân đến người cầu câu vinh hiển
Còn Muội cầu duyên mãi thiết tha.
                    TIỂU MUỘI
          Chiều 29 Tết Tân Sửu 2021

58. Giai Điệu Mưa Buồn
(Viết thay cho thiếu phụ Vân Phong)

Nỗi niềm giãn cách chi đây?
Mà mưa hoài huỷ buồn vây kín trời
Phương chàng mưa có còn rơi?
Quê em héo hắt phận người lầm than

Mái tôn mưa đổ hàng hàng
Như dòng nước mắt chứa chan trong lòng
Một mình em giữa đêm đông
Tháng mười bão lụt còn trông phương nào?

Mưa từ ngoài vịnh mưa vào
Dầm dề phong kín hồn xao xuyến buồn
Mưa rầu rĩ mưa cô đơn
Sụt sùi rả rích như hờn dỗi ai?

Mưa thầm thĩ mưa u hoài
Mưa khơi điệu nhớ mưa dài câu thương
Mưa van vỉ suốt đêm trường
Lắng sâu giai điệu mưa tương tư chàng

Giọt buồn phong kín không gian
Khuê phòng một bóng hai hàng châu rơi…
Mưa nghiêng nghiêng tận cuối trời
Hỏi tri âm có nhớ người tri âm?

Sáu mùa xa vẫn xa xăm
Em xin mượn tiếng mưa dầm thở than
Tình em gởi hết cho chàng
Vượt bao rào cản yêu chàng biết không?

Tình em đan kín hư không
Quyện hoà điệp khúc mưa trong tâm hồn
Mơ hồ sóng vỗ dập dồn
Nơi em ngoài vịnh vẫn còn mưa bay

Phương trời tri kỷ có hay?
Tim trinh nguyên vẫn còn đây rạng ngời
Hồn trinh nguyên vẫn cao vời
Tình em trao trọn cho người biết không?

SÔNG TƯƠNG
Ngày 10/10/2021

Tiếng Lòng Đêm Mưa
Hoạ vận thơ ST

Tiếng lòng văng vẳng đâu đây
Xuôi theo từng vạt mưa bay kín trời
Từ trong tí tách rụng rơi…
Nghe như tiếng nấc nghẹn lời thở than

Lệ sao cứ chảy đôi hàng
Nhớ anh hay khóc, trách than, tủi lòng
Thu tàn trời trở gió đông
Anh ơi! Có đủ chăn bông chưa nào?

Nhớ mặc thêm áo ấm vào
Đừng để cảm lạnh gầy hao, em buồn
Canh thâu giá buốt hồn đơn
Tiếng mưa mà ngỡ chập chờn tiếng ai

Trắng đêm rả rích mãi hoài
Ướt đầm cả tiếng thở dài bi thương
Nhắn người phiêu lãng dặm trường
Giữ cho trọn nghĩa yêu đương nhé chàng?!

Dù cho đi khắp nhân gian
Xuân qua, hạ đến, thu tàn lá rơi…
Dẫu xuyên qua mấy cung trời
Lòng em mãi nhớ đến người tri âm

Người thương tận chốn xa xăm
Nhớ nhung đành chịu lặng thầm chẳng than
Trong tim em có bóng chàng
Hình em có ngập tim chàng đó không?

Mưa rơi từ chín tầng không
Sầu rơi sâu tận mênh mông đáy hồn
Tiếng lòng dần xé dập dồn
Gầm gào như tiếng sóng cồn lượn bay

Người thương anh hỡi! Có hay?
Sau mưa trời lại quang mây trong ngời
Này chàng lãng tử tuyệt vời
Ta là tri kỷ trọn đời, được không?!

TIỂU MUỘI
Ngày 5/11/21

Mơ Viếng Chùa Long Thọ

Mơ viếng chùa Long Thọ xứ Ninh (*)
Nơi Hòn Khói ruộng muối trắng tinh
Ngôi chùa gỗ độc lạ cổ kính
Tượng lũa sao điêu khắc thần tình
Thầy Đạo Biện mười năm tôn tạo
Người Ninh Diêm sớm tối cầu kinh
Đầm Vân, Dốc Lết chìm trong mộng
Đông Hải, Bình Tây vọng tiếng kình

SÔNG TƯƠNG
Ngày 28/12/22,

(*) Năm 2013, chùa Long Thọ tôn tạo bằng gỗ quý.

Hương Đạo Chùa Quê
Hoạ vận thơ ST

Chùa thiêng Long Thọ ở quê Ninh
Lan toả trầm hương khói trắng tinh
Người đến trang nghiêm soi tín đức
Kẻ đi kính cẩn nghiệm chân tình
Uy nghiêm chánh điện Như Lai Phật
Thanh thoát thiền môn Tịnh Độ Kinh
Công đức trùng tu, Vô Lượng Thọ (*)
Tĩnh tâm theo những tiếng chày kình.

TIỂU MUỘI
Ngày 28/12/22

(*) Kinh Vô Lượng Thọ gồm 48 phẩm.

Tình Yêu Pha Lê

Đã biết tình như tơ sợi mỏng manh
Nhưng cứ ước mộng thành, đâu ngơi nghỉ
Vẫn mong cầu tình ta luôn bền bỉ
Giữ chữ tình và chữ nghĩa nhé anh!

Hãy để tình luôn tươi đẹp long lanh
Mãi trinh nguyên như pha lê trong vắt
Dù duyên kiếp có đong bằng nước mắt
Tình em hoài bền chặt tựa kim cương.

TIỂU MUỘI
15/8/2020

Tình Như Sương Khói
Họa vận thơ TM

1
Đến bất chợt tình cờ mong manh
Như sương khói lãng du không nghỉ
Từ vạn thuở sắt son bền bỉ
Nhiệm mầu kỳ vĩ giữa tim anh

Đến từ ánh mắt em long lanh
Gam màu tím lưu ly trong vắt
Mỗi nhật mộ nhạt nhòa nước mắt
Tình em diễm tuyệt tựa kim cương

2
Giữa vô thường cát bụi mong manh
Hồn băn khoăn trở trăn không nghỉ
Mà tình em thanh cao bền bỉ
Thiêng liêng kỳ bí giữa tim anh

Đôi mắt to đen sáng long lanh
Nhốt hồn anh hồ xanh trong vắt
Thương với nhớ đong đầy nước mắt
Thiên đường diễm tuyệt tựa kim cương

SÔNG TƯƠNG
15/8/2020

61

Đôi Mắt Diệu Kỳ

Này đôi mắt cửa sổ tâm hồn
Biết nói biết chia sẻ vui buồn
Biết tỏ bày tình duyên thân phận
Biết an ủi nỗi niềm cô đơn

Này đôi mắt biết nói của em
Nhìn vào thấy cả bầu trời êm
Thấy cả hồ thu sương khói tụ
Và thấy ai sầu mộng đêm đêm

Này đôi mắt biết nói điều chi?
Đôi mắt của kiêu sa diệu kỳ
Đôi mắt từng thôi miên quyến rũ
Long lanh sầu mộng lệ hoen mi

Này đôi mắt của ngàn ánh sao
Của làn thu thuỷ của ba đào
Cuốn hút hồn ta từ kiếp kiếp
Chết lịm trên đôi môi ngọt ngào

Này đôi mắt biết nói rạng ngời
Đa sầu đa cảm hớp hồn tôi
Cho thuyền tình dạt trôi nghiêng ngửa
Chìm đắm trong sầu khổ đơn côi

Này đôi mắt huyền diệu đáng yêu!
Đã cho ta hạnh phúc từng chiều
Cho ta vô số lời âu yếm
Một cái nhìn bằng vạn chữ yêu

Này đôi mắt thần tiên huyễn hoặc
Hương trời sắc nước đẹp vô ngần
Một lần gặp gỡ ngàn năm nhớ
Diệu kỳ đôi mắt của giai nhân!

SÔNG TƯƠNG
20/6/2020

Chờ Anh
Hồi đáp thơ ST

Sao anh chưa về xứ Vạn cùng em?
Ngọn gió hờn, đứng đầu thềm xào xạc
Con ve dỗi, chẳng màng buông tiếng hát
Anh không về Hè xơ xác phượng rơi…

Sao chưa về thăm xứ Vạn anh ơi?
Muốn nhìn anh trút ngàn lời thương nhớ
Đoạn tình thơ nửa vời còn bỏ dở
Đợi anh về cho vẹn nợ tròn duyên

Sao anh không về cho bến gặp thuyền?
Cho con tim nhỏ được truyền hơi ấm
Cho bờ môi chạm bờ môi thật chậm
Để ngập lòng ướt đẫm giọt yêu thương

Sao anh còn rong ruổi chốn tha phương?
Để mình em suốt canh trường mong đợi
Anh ở đâu? Sao xa tầm tay với?
Em một đời mòn mỏi ngóng chờ anh.

TIỂU MUỘI
23/6/2020

Nhớ Anh

Thu về anh có nhớ chăng?
Đường quê héo hắt lá vàng rụng rơi…
Xa trông vệt nắng cuối trời
Cõi lòng se sắt đầy vơi nỗi niềm

Phương trời biền biệt bóng chim
Nhớ anh! Nhớ lắm biết tìm nơi nao?
Con tim thổn thức nghẹn ngào
Trào dâng ngấn lệ, anh nào có hay!?!

Ước gì… anh đến chiều nay
Cùng em trút cạn tháng ngày nhớ mong
Cho nhau mật ngọt hương nồng
Đưa nhau đến chốn mênh mông biển tình

Mơ về một sớm bình minh
Bên anh say giấc hương tình mộng mơ
Anh về cho đẹp ý thơ
Cho làn hơi ấm ngập bờ môi hôn

Tương tư vây kín ngõ hồn
Thu về nghe dạ bồn chồn nhớ thương
Hỡi người lữ thứ tha hương
Chiều buồn đếm lá bên đường… Nhớ anh!

TIỂU MUỘI

Một Ngày Đẹp Nhất
Hồi đáp thơ TM

Nhớ ngày hăm bảy tháng Ba
Một ngày đẹp nhất thiết tha êm đềm
Lần đầu anh nhận thơ em
Lời thơ chạm đến trái tim u hoài

Cảm vì sắc quý vì tài
Trọng vì đức hạnh thường hay giúp người
Mến vì được em mở lời
Thích vì hy vọng cuộc đời thăng hoa

Thương vì thuỳ mị nết na
Trái tim từ ái bài ca diễm tình
Yêu vì xinh đẹp thông minh
"Mộng tình thơ" chuyện đôi mình như mơ

Tháng Ba biển đẹp vô bờ
Mối duyên kỳ ngộ bài thơ tương phùng
Tình em vượt cả không trung
Bay qua biên giới sắc không rạng ngời

Hồng nhan tri kỷ tuyệt vời!
Anh yêu em nhất trên đời biết không?
Tháng Ba màu má em hồng
Đẹp như hoa gạo thắm nồng tim ai?

SÔNG TƯƠNG
Ngày 22/12/2021

Tình Mộng Liêu Trai

Lòng bồi hồi cứ mỗi sớm tinh mơ
Em đọc hoài những bài thơ anh viết
Mỉm môi cười, ôi! lời tình diễm tuyệt
Em đắm chìm vào truyền thuyết liêu trai

Yêu anh rồi chẳng cần biết đúng sai
Em vẫn sẽ cứ yêu hoài yêu mãi
Biết yêu xa, sẽ nhớ ai ngây dại
Em đã yêu không dừng lại bao giờ

Yêu để lòng, còn biết mộng biết mơ
Yêu để thắm, những câu chờ câu đợi
Tình chúng mình dù cách xa vời vợi
Có vần thơ làm cầu nối đôi lòng

Mỗi một ngày ta góp nhặt nhớ mong
Bài tình thơ sẽ thành dòng mật ngọt
Từng âm ngữ như nhạc lòng thánh thót
Hai phương trời uống chung giọt tình say

Mơ một ngày anh về Vịnh Gió Mây
Trút cho cạn những tháng ngày xa nhớ
Cho tứ bề hạnh phúc như oà vỡ
Say men tình hoà nhịp thở yêu đương.

TIỂU MUỘI
Chiều 12/8/2020

Xin Được Làm Người Tri Kỷ
Hồi đáp thơ TM

Em ơi đời là bể khổ!
Vô thường khắp cõi người ta
Hồng trần mịt mờ bụi đỏ
Tam thiên thế giới bao la

Đôi ta là Tiên bị đoạ
Trời đày xuống cõi ta bà
Khổ lụy oan khiên gánh cả
Từng đêm lệ đổ châu sa

Duyên nợ từ muôn kiếp trước
Nay em trả sạch hết rồi
Nhạc thơ quên đi phiền trược
Vườn Lam an lạc thảnh thơi

Xin được làm người tri kỷ
Dẫu hai phương trời cách xa
Hồn ta quyện hoà làm một
A lại da thức là nhà

SÔNG TƯƠNG
Ngày 17/8/2020

Chuyện Tình Của Sóng Và Bờ
(25 khổ = 100 câu)

1
Anh như con sóng bạc đầu
Giữa trùng dương tím ngát màu thời gian
Sáng chiều trôi nổi lang thang
Bềnh bồng phiêu lãng vượt ngàn biển khơi

Nhớ em nỗi nhớ bời bời
Yêu em yêu cả biển trời Vân Phong
Xuân về lúa tốt đầy đồng
Nôn nao háo hức hướng lòng về em

Rì rào biển hát ngày đêm
Hải âu bay lượn lòng thêm tưng bừng
Nhớ em nỗi nhớ rưng rưng
Yêu em yêu cả Sơn Đừng, Mũi Đôi

Em như bờ cát cuối trời
Dịu dàng khả ái rạng ngời tinh anh
La đà dáng liễu xanh xanh
Xuân về én liệng đầu gành mà thương
5
Anh như con sóng ngàn phương
Tịch dương đảo tím triều dương mây hồng
Xuân về nỗi nhớ mênh mông
Yêu em yêu cả Hòn Ông, Sông Hiền

Xuân về chim hót huyên thiên
Ngàn hoa khoe sắc sơn xuyên thắm màu
Nhớ em trên đỉnh tình sầu
Yêu em yêu cả dãi dầu gian lao

Xuân về biển sóng dạt dào
Núi rừng cây cỏ ngạt ngào sắc hương
Đất trời tràn ngập yêu thương
Sao lòng anh lại vấn vương điều gì?

Xuân về phương nớ phương ni
Vẫn còn xa cách sầu bi ngập lòng!
Nhớ em nỗi nhớ bềnh bồng
Yêu em yêu cả Vân Phong, Phổ Đà

Nhớ em bờ cát xa xa
Yêu em yêu cả giọng ca tuyệt vời
Tình em đẹp nhất trên đời
Cho anh trăm ý ngàn lời thơ hay
10
Anh như con sóng lưu đày
Vượt ngàn hải lý đắng cay muôn phần
Trên trời lớp lớp phù vân
Trong anh chất ngất tình Xuân nồng nàn

Em như bờ cát mịn màng
Đợi chờ mòn mỏi bên hàng phi lao
Trên trời lấp lánh ngàn sao
Trong em sầu mộng khát khao Xuân hồng

Thuỷ triều lúc lớn lúc ròng
Mà người cứ mãi phiêu bồng nổi trôi…
Con đường cứ mãi xa xôi
Cuộc đời cứ mãi chia phôi bẽ bàng

Duyên tình cứ mãi trái ngang
Cho em chờ đợi hai hàng châu rơi…
Nghiệp duyên vạn kiếp luân hồi
Vẫn còn đeo đuổi kiếp người trầm luân

Hôm nay trời đất vào Xuân!
Hàng hàng én liệng vẽ từng chữ Yêu
Giai nhân tài tử dập dìu
Mai lan đào cúc mỹ miều sắc hoa
15
Bốn phương trời đất giao hoà
Mà đôi ta vẫn cách xa ngàn trùng
Như Sâm-Thương mãi lạnh lùng
Sáng chiều nhỏ lệ khóc cùng cỏ cây!

Xuân về trên vịnh Gió Mây
Sương giăng đầu ngõ khói vây trước nhà
Mà sao ruột đứt người xa?
Thuyền hoa mờ mịt tuyết hoa lạnh lùng!

Cuộc đời như đóa phù dung
Sương rơi dưới lá gió rung trên cành
Mới hoàng hôn đã tàn canh
Xuân qua Đông tới tan tành khói mây!

Anh cầu phương đó phương đây
Trời yên bể lặng chất đầy nhạc thơ
Cho cầu Ô nối đôi bờ
Cho em hết cảnh đợi chờ nhớ thương

Tân thanh một khúc đoạn trường
Anh cầu ra khỏi con đường khổ đau
Cho đôi ta được gặp nhau
Mùa Xuân đúng nghĩa đổi sầu làm vui
20
Anh cầu đời hết ngậm ngùi
Phật Trời thương xót cứu người gian truân
Giao thừa vạn vật vào Xuân
Hồi chuông Bát Nhã chín tầng vọng vang

Anh cầu em được bình an
Thong dong ngày tháng dịu dàng sắc Lam
Đài cao Đức Phật Cồ Đàm
Thương em phù hộ cơ hàn nở hoa!

Sân Thiền nẻo Đạo là nhà
Cuối tuần sen trắng gần xa sum vầy
Tâm hồn trong sáng thơ ngây
Ngàn hoa nắng chiếu trên cây sao già

Tình thơ ý nhạc đơm hoa
Gió mây bất tận yên ba rạng ngời!
Tình thơ đẹp nhất trên đời
Khu vườn huyễn mộng rợp trời cỏ hoa!

Là địa đàng của đôi ta
Chỉ trong chớp mắt sát na hư phù
Mà thành vạn thuở thiên thu
Yêu nhau bất kể mịt mù biển khơi!
25
Xuân về cảm động bồi hồi
Gởi về phương ấy ngàn lời nhớ thương
Mình gặp nhau giữa con đường
"Mùa Xuân phía trước miên trường phía sau" (1)
SÔNG TƯƠNG
Mùng 7 Tết Tân Sửu (18/2/2021)
(1) thơ Bùi Giáng.

Tình Mơ
Hồi đáp thơ ST

Ráng chiều nhuộm đỏ góc trời
Ngoài khơi có chiếc thuyền trôi bồng bềnh
Lòng vương một chút chênh vênh
Ngắm đời em cũng dập dềnh biển dâu

Tưởng đã hoang lạnh mồ sâu
Chôn vùi theo đoạn tình sầu dở dang
Trời còn thương kiếp hồng nhan
Từ trang mạng ảo cho chàng gặp em

Cho em ngày tháng êm đềm
Dìu em qua khỏi bóng đêm mịt mờ
Anh đến trong những vần thơ
Tim em từ đó dại khờ nhớ nhung

Khát khao giây phút tương phùng
Vòng tay ghì chặt, nụ hôn nồng nàn
Mặc cho cảm xúc dâng tràn
Vỡ oà ngọt lịm giữa làn môi xinh

Mơ ngày nắng toả bình minh
Thuyền kia về bến, cho mình có ta
Không còn chịu cảnh chia xa
Bên nhau sớm tối mặn mà yêu thương.

TIỂU MUỘI
Thứ Ba, ngày 13/7/2021

Đợi Người Trong Mộng (*)

Anh là ai? Giữa trần gian nghiệt ngã
Đưa bàn tay khâu vá cuộc đời em
Ngỡ đời mình chìm đắm giữa màn đêm
Ôm tình lỡ đứng bên thềm hạnh phúc

Đời hồng nhan biết đâu vinh? đâu nhục?
Bến sông tình biết đâu đục? đâu trong?
Mặc phận duyên cho nước cuốn theo dòng
Kệ số kiếp xoáy em trong bi kịch

Anh chợt đến tựa như trong cổ tích
Như ngọn đèn giữa u tịch khói sương
Dìu bước em qua mờ mịt đoạn trường
Đây là thực? Hay hồn vương mộng mị

Anh là ai? Đến từ đâu thế nhỉ?
Là thi nhân? Hay tri kỷ kiếp nào?
Anh đến rồi! Hay em chỉ chiêm bao?
Thực hay ảo... mà ngọt ngào đến lạ!

Chút ân tình xin ghi sâu trong dạ
Lời hẹn thề nguyện bia đá chờ nhau
Anh là ai? Dù anh ở phương nào?
Có duyên phận hẹn ngày sau... Em Đợi.

TIỂU MUỘI
24/6/2020

(*) Đã được phổ nhạc và hát trên Youtube.

Chờ Người Trong Mộng
Hoạ vận thơ TM

1
Nàng là ai? mà đời chia đôi ngả
Có phải là "người trong mộng" không em?
Xinh đẹp tài hoa đức hạnh đêm đêm
Ta đắm đuối trong thiên đường hạnh phúc

Áo lữ khách đã bạc màu vinh nhục
Kiếp lạc loài còn tím tái đục trong
Tà huy buồn ném mẩu thuốc giữa dòng
Đêm tịch lặng trải lòng trong vở kịch

Nàng đã đặt vào tim ta bí tích
Một tình yêu huyễn hoặc tựa khói sương
Vầng trăng Thu lồng lộng giữa đêm trường
Thuyền mặc khách buông trôi trong mộng mị

Hai chữ tri âm diệu kỳ em nhỉ!
Trăm bài thơ thâm thuý biết dường nào!
Lời trái tim nghe lãng mạn biết bao!
Tình diễm ảo liêu trai thanh thoát lạ!

Ơn tri ngộ đã ghi trong tấc dạ
Người tình ơi! vàng đá mãi thương nhau
Nàng là ai? dù đến tự cõi nào?
Nếu có kiếp sau ngàn năm vẫn đợi

2
Đến trần gian bụi mờ muôn vạn ngả
Là Tiên nga bị đoạ phải không em?
Sắc đẹp não nùng kỳ ảo sương đêm
Cho anh lẽ sống tình yêu hạnh phúc

Thân lữ khách trải hằng hà vinh nhục
Kiếp sầu nhân chịu sa số đục trong
Gởi niềm đau vào thế sự xuôi dòng
Xem dâu bể cuộc đời là hí kịch

Duyên thiên lý gặp nhau như kỳ tích
Giao thừa ngồi nối những vần thơ sương
Thằng Gù xưa từng đau khổ đoạn trường
Nhưng chỉ gặp người thương trong cõi mị

Ơn Trời Phật đã ban cho em nhỉ
Mối tình thơ kỳ vĩ biết chừng nào!
Vừa gặp đã yêu vi diệu biết bao!
Ứng khẩu thành thi thông minh chi lạ!

Tình cao cả anh xin ghi tấc dạ
Rượu giao bôi kỷ niệm ngày yêu nhau
Hai phương trời xúc động biết dường nào!
Tình lãng mạn dạt dào muôn kiếp đợi
SÔNG TƯƠNG
28/6/2020

66. Xin Gởi Người Trong Mộng

Xin gởi người trong mộng
Mối tình thơ phiêu bồng
Trái tim thơ lạc lõng
Hồn thơ hoài ruổi rong

Xin gởi người trong mộng
Trăm bài thơ thắm nồng
Vạn ngôn từ lãng mạn
Đại dương tràn nhớ mong

Xin gởi người trong mộng
Ngàn ước mơ cháy lòng
Triệu đam mê khát vọng
Núi muôn đời ngóng trông

Xin gởi người trong mộng
Một mùa Hạ tím hồng
Cả biển trời mây sóng
Và tình em ngập lòng

SÔNG TƯƠNG
Ngày 18/4/2020

Em Đợi Người Trong Mộng
Hoạ vận thơ ST

Em đợi người trong mộng
Cùng đến cõi tiên bồng
Hồn thoát cơn lạc lõng
Duyên đời hết rêu rong

Em đợi người trong mộng
Vỗ về giấc say nồng
Lời tình ru tản mạn
Khắc sâu niềm thương mong

Em đợi người trong mộng
Năm tháng sắt se lòng
Vẫn hoài ôm hy vọng
Một ngày thoả chờ trông

Em đợi người trong mộng
Đợi đến nhạt má hồng
Đợi anh làm con sóng
Ôm bờ em vào lòng.

TIỂU MUỘI
18/4/2021

Ngàn Nụ Hôn Xa

Hôn lên mái tóc bờ vai
Bàn tay vầng trán mày ngài đê mê
Bờ môi xinh điểm hạt mè
Như ai cất rượu đê mê cõi lòng

Hôn em trăm nụ mùa đông
Ngàn nụ mùa hạ thu phong rã rời
Hôn em hôn cả một đời
Long lanh đáy mắt rạng ngời trăng sao

Tình em vĩ đại thanh cao
Trái tim mãnh liệt dạt dào lòng ai?
Vần thơ da diết u hoài
Giọng ca sâu lắng cho ai thẫn thờ?

Hai phương trời một giấc mơ
Nụ hôn xa nối hai bờ yêu thương

SÔNG TƯƠNG
23/8/2021

Nỗi Nhớ Địu Êm
Hồi đáp thơ ST

Không ở bên cạnh, không phải không thương
Không bước chung đường, không phải không nhớ
Em và anh dẫu hai phương cách trở
Nhưng bóng hình luôn mãi ở nơi tim.

TIỂU MUỘI
Ngày 7/10/2022

68
Chờ Em Con Mắt Đã Mòn

Chờ em chẳng thấy em đâu?
Mơ hồ tiếng nhạc bên lầu vọng sang
Chờ em viết xuống đôi hàng
Là trăm phước hạnh là ngàn hoài mong

Chờ em viết xuống đôi dòng
Hay em còn bận sang sông đưa đò?
Đò em chở nhạc và thơ
Bốn mùa kết tóc xe tơ cho người

Chờ em chỉ thấy sương rơi…
Thoảng nghe vượn hú trên đồi cô đơn
Chờ em con mắt đã mòn
Ngựa thồ đã nản chân bon lối nào?

Chờ em gà gáy lao xao…
Chờ em cô tịch mèo gào sau hiên
Chờ em lặng ngắt như tiền
Lá rơi trước ngõ trăng nghiêng sau hè

SÔNG TƯƠNG
29/3/2020

Vẫn Chờ Anh
Hồi đáp thơ ST

Đường xưa giờ quạnh vắng
Những hạt mưa rơi đầy
Xóm nhỏ buồn yên lặng
Gió hững hờ mây bay

Chờ người bao lâu nữa?
Để mỗi ngày giờ qua
Chiều úa vàng bóng ngã
Nhạt nhoà duyên chúng mình

Còn thương còn mong đợi
Dù vất vả gian nan
Đường dẫu xa diệu vợi
Vẫn chờ anh suốt đời.

TIỂU MUỘI
30/3/2020

Duy Nhất Trong Em

Nếu ai hỏi nơi nào yên ả nhất?
Em kể quê em, ngày biển trong lành
Và nếu hỏi khoảnh khắc nào vui nhất?
Em kể mình, khi trò chuyện cùng anh

Người ta bảo trăng sao chung tình nhất
Nhưng Vũ trụ xoay, Sao cũng đổi ngôi
Em thầm nghĩ Tim ta là duy nhất
Chẳng đổi thay khi đã có nhau rồi

Anh biết không Tình thơ là đẹp nhất?
Rất thanh cao, rất trong sáng diệu kỳ
Và em biết Tình mình là duy nhất
Để cho đời, đẹp mãi những vần thi.

TIỂU MUỘI
25/2/2021

Riêng Cõi Địa Đàng
Hoạ ý thơ TM

Đêm nào anh cũng nhớ đến em
Âm thầm tê tỉ cùng sao đêm
Lung linh sao sáng như an ủi
Hình bóng em tràn ngập trong tim

Mình trao nhau lời yêu mỗi ngày
Trái tim nồng cháy tình đắm say
Trong chiêm bao hẹn cùng tri kỷ
Mãi mãi bên nhau dù đổi thay

Trong khu vườn mộng rất hiền hoà
Cõi địa đàng riêng của đôi ta
Mối tình thơ dại đầy lãng mạn
Đẹp nhất trên đời hoa của hoa

SÔNG TƯƠNG
25/2/2021

Sầu Lẻ Bóng

Dõi mắt nhìn theo áng mây mờ
Nghe lòng trống trải tím hoang sơ
Hạt ngâu tí tách khơi niềm nhớ
Lá trúc xạc xào gợi nỗi chờ
Một bóng cô phòng ôm gối mộng
Lẻ loi song cửa thả hồn mơ
Cô đơn giấu kín tràn mi lệ
Quạnh vắng chôn sầu ngập suối thơ.

TIỂU MUỘI
16/8/20

Ai Người Trong Mộng?
Hồi đáp thơ TM

Ai người trong mộng đến trần gian
Ai ứng khẩu thành thi dịu dàng
Ai áo lam cài sen trước ngực
Ai lời ca quyện với cung đàn
Ai ngàn năm nhớ câu son sắt
Ai vạn thuở thương chữ đá vàng
Ai đã cho anh tình diễm tuyệt
Ai hương sắc mộng sầu mênh mang?

SÔNG TƯƠNG
16/8/20

Yêu Anh Nhất Đời Này

Lỡ trễ duyên ta ở kiếp này
Xin đừng lỗi hẹn ở kiếp mai

Bâng khuâng thoáng chút chạnh lòng
Giá như đang ở trong vòng tay anh

Rồi thì thầm nhỏ nhỏ
Yêu anh nhất đời này.

TIỂU MUỘI
24/2/2022

Yêu Em Nhất Đời Này
Hoạ ý thơ TM

Lỡ phận lỡ duyên trên cõi sầu
Cầu cho tương ngộ ở kiếp sau

Đêm dài tuyết giá lê thê
Ước gì anh được nằm kề bên em

Rồi tỉ tê thầm thĩ
Yêu em nhất đời này

SÔNG TƯƠNG
24/2/2022

Bắt Cầu Nên Duyên

Anh ơi! em buộc tim rồi
Không thả rông nữa như hồi xưa đâu
Hai tim dù cách hai đầu
Nhờ câu lục bát bắt cầu nên duyên.
TIỂU MUỘI
22/3/2021

Trên Cầu Nhân Duyên
Hoạ vận thơ TM

Em ơi! trót lỡ yêu rồi
Chẳng vô tư lự như hồi trước đâu
Nhớ thương đã bạc mái đầu
Ôm cô đơn đứng trên cầu nhân duyên
SÔNG TƯƠNG
22/3/2021

Nguyện Làm Tri Kỷ

Anh đã cho em trọn tấm lòng
Tình anh như biển cả mênh mông
Nguyện làm tri kỷ bên anh mãi
Bình nhạc, hoạ thơ, vịnh núi sông.

TIỂU MUỘI
13/3/2021

Nguyện Làm Tri Kỷ
(Hoạ vận thơ TM)

1
Em đã trao anh tất cả lòng
Ơn em vô đối trời mênh mông
Nguyện làm tri kỷ bên em mãi
Ca ngợi tình em khắp biển sông
2
Lời em ấm áp tận cõi lòng
Dẫu trời đang tuyết giá mênh mông
Em là Vương nữ trong miền nhớ
Tình em bất diệt với non sông

SÔNG TƯƠNG
15/3/2021

Ánh Xuân Ngời

Tình thơ diễm tuyệt nhất trần đời
Yêu thương chan chứa chẳng hề vơi
Con chữ vun bồi tình cao vợi
Đôi tim hoà điệu ánh xuân ngời.
TIỂU MUỘI
Ngày 10/1/2021

Trái Tim Núi Lửa
Hoạ vận thơ TM

Ngọt ngào lãng mạn nhất trên đời
Trái tim núi lửa cháy khôn vơi
Hừng hực tuôn trào muôn khát vọng
Kỳ diệu tình em mãi sáng ngời
SÔNG TƯƠNG
Ngày 10/1/2021

75

Tết

Tết anh có nắng mật ong
Có tình thơ có biển sông vơi đầy
Lá phong vàng ánh trên cây
Sương đeo ngọn cỏ mây bay cuối trời

Tri âm tri kỷ thề bồi
Hai phương nâng chén giao bôi ngọt ngào
Mối tình thơ đẹp thanh cao
Cho người hạnh phúc dạt dào thiết tha

Mối duyên thơ đẹp mặn mà
Gió mây lồng lộng sơn hà biển khơi
Xuân về hương sắc kết đôi
Em càng xinh đẹp rạng ngời thanh xuân

SÔNG TƯƠNG
Ngày 12/1/2021)

Tết
Hồi đáp thơ ST

Tết anh ngồi nhớ mắt hiền
Tết em nặng dạ bao niềm yêu thương
Tết anh một bóng tơ vương
Tết em cô quạnh sầu thương vơi đầy

Tết em có vịnh Gió Mây
Có chùa Giác Hải chày kình nện sương
Tết em có tình yêu thương
Có mai vàng, có hải đường đơm bông

Tết về anh có cầu mong?
Niềm vui hạnh phúc hanh thông sum vầy
Gia đình cuộc sống đủ đầy
Bao la tình Mẹ một ngày nở hoa.

TIỂU MUỘI
18/1/2021

Chúc Mừng Tân Xuân

1
CHÚC niềm vui đến với muôn nhà
MỪNG tự do về khắp ta bà
TÂN Thuỷ, Phú Hoà xem hát bội
XUÂN Phong, Ngọc Hội diễn dân ca
VẠN câu từ ái tâm thường niệm
SỰ việc trái ngang chí vượt qua
NHƯ giọt sương mai đời ngắn ngủi
Ý tình quảng đại cát tường hoa
2
CHÚC ấm no về với mọi nhà
MỪNG hoà bình khắp cõi ta bà
TÂN Dân, Tứ Chánh vang câu hát
XUÂN Tự, Hà Già vọng tiếng ca
VẠN nẻo hân hoan chờ hạnh ngộ
SỰ đời phiền não hãy cho qua
NHƯ không kiến tánh bồ đề hiện
Ý hợp tâm đầu diên vĩ hoa

SÔNG TƯƠNG
26/12/2020

Cung Chúc Tân Xuân
Phúc Lộc Thọ Toàn
Hồi đáp thơ ST

CUNG nhạc rộn ràng tiễn đông qua
CHÚC mừng năm mới đến muôn nhà
TÂN niên trăm sự cầu an quốc
XUÂN đến vạn điều nguyện thịnh gia
PHÚC đức hiển vinh con cháu thuận
LỘC tài sáng lạng tổ tiên hoà
THỌ như non Thái ông bà hưởng
TOÀN ý chung tình thắm duyên ta.

TIỂU MUỘI
28/12/2020

Tết Buồn

Buồn ngủ buồn nghê Tết vẫn buồn
Buồn đau duyên phận cách đôi đường
Buồn rầu thế giới chia hai hướng
Buồn bã trần gian khóc đoạn trường
Buồn chước quỷ đi gieo ác nghiệp
Buồn mưu ma đánh lận ngôi vương
Buồn người góc biển thương đầu núi
Buồn lãng tử vời trông cố hương
SÔNG TƯƠNG
Ngày 25/1/2021

Buông Bỏ Tìm Vui
Hoạ vận thơ ST

Buông khổ, buông đau Tết đỡ buồn
Buông sầu, cầu phúc khắp nẻo đường
Buông lời ác ngữ gieo muôn hướng
Buông tiếng thở than gửi đêm trường
Buông bụng sân si tiêu ba nghiệp
Buông tâm thù oán diệt ma vương
Buông tham tự tánh thanh như núi
Buông bỏ nhẹ nhàng tựa khói hương.
TIỂU MUỘI
27/1/2021

Vọng Tình Xuân

Xuân đã về rồi anh có hay?
Chồi non lộc biếc gió lung lay
Người người xuống phố vui trẩy hội
Nỗi nhớ nơi em lại vơi đầy.

Đưa tay với hái một nhành mai
Khẽ đặt lên hoa nụ hôn dài
Giọt sương ướt mượt bờ môi mọng
Bất chợt chạnh lòng nhớ đến ai?

Người hỡi xuân về khắp quê ta!
Thầm hỏi lòng anh có nhớ nhà?
Có ngồi tựa cửa nhìn hoa tuyết?
Nhớ cội mai vàng, nhớ Muội xa?

TIỂU MUỘI
Ngày 4/2/2021

Tết Em Là Tết Của Người yêu Em
Hồi đáp thơ TM

Tết em có các bạn hiền
Có bờ vịnh gió có thiền am mây
Có đồng cúc trắng hương bay
Ấp e tà áo hây hây má đào

Tết em chan chứa dạt dào
Phòng trà ấm áp ngọt ngào tình ca
Xuân về trên khắp giang hà
Đẹp thay dáng ngọc thân ngà thanh xuân!

Tết anh hoa tuyết trắng ngần
Hàng cây rụng lá trơ thân bên đường
Dòng sông lạnh khói sương vương
Cánh chim bạt gió về phương trời nào?

Tết anh hoài vọng khát khao
Bâng khuâng biển sáng xuyến xao mây chiều
Dõi theo từng bước em yêu
Tết em là Tết của người yêu em

SÔNG TƯƠNG
Ngày 5/2/2021

Xuân Như Ý

Giao Thừa rực sáng pháo rền vang
Mừng Chúa Xuân chim én rộn ràng
Cúc tím mai vàng Xuân hạnh phúc
Nêu cao đối đỏ Tết an khang
Gia đình thịnh đạt luôn hoà thuận
Đất nước phồn vinh đẹp ngỡ ngàng
Tân Sửu được mùa cây trĩu trái
Lúa thì con gái đón Xuân sang

SÔNG TƯƠNG
24/1/2021

Nghinh Xuân
Hoạ vận thơ ST

Gọi đàn, chim én hót ngân vang
Lời chúc tân niên thật rộn ràng!
Năm mới sum vầy cầu phước lộc
Giao thừa tề tựu nguyện an khang
Bồi hồi con cháu lòng hiếu thuận
Xúc động Ông Bà dạ ngỡ ngàng
Sung túc Trâu Vàng, hoa kết trái
Nhà nhà no ấm đợi Mùa sang.

TIỂU MUỘI
25/1/2021

Xuân Mới

Rừng Xuân nở rộ mờ sương mai
Trời đất nghinh Xuân phú quý lai
Hội chợ Tết tưng bừng gái sắc
Phố hoa Xuân rộn rịp trai tài
Bàn thờ bày biện: liễn, thơ, phú
Mâm trái cây chưng: cầu, đủ, xài
Đẹp nhất cây nêu câu đối đỏ
Chúc nhau tài lộc vô dài dài

SÔNG TƯƠNG
24/1/2021

Tết Quê
Hoạ vận thơ ST

Trời tỏa ánh vàng đẹp nắng mai
Chào mừng Chúa Xuân vừa thới lai
Nơi nơi bày bán cây ngũ sắc
Chốn chốn kiếm tìm nhánh phát tài
Phú quý mời người dăm chung rượu
Nghèo nàn khéo vén cũng đủ xài
Chợ Quê bày biện nhiều hoa quả
Câu chúc trao nhau mãi nối dài.

TIỂU MUỘI
25/1/2021

Biết Tình Mình Chỉ Đẹp Ở Chiêm Bao

Em vẽ đoá Tâm hoa thật tươi
Biết tỏa hương cho đời thơm mãi
Biết lan toả biết bay xa vợi
Biết từ hoà làm mới tương lai

Em vẽ cô gái xinh hiền ngoan
Biết làm thơ gửi người thương nhớ
Biết hát tình ca biết yêu biển gợn
Biết ngóng xa xăm tháng đợi năm chờ

Em vẽ thêm một mối tình thơ
Biết chất chứa mộng mơ lấp lánh
Biết gặp gỡ biết do duyên nợ
Biết gởi nhớ mong vào giấc mơ lành

Em vẽ sợi tơ duyên mong manh
Biết dù yêu thương chỉ là hư ảo
Biết là hiện thực biết đừng so sánh
Biết tình mình chỉ đẹp ở chiêm bạo.

TIỂU MUỘI
Ngày 3/9/2020

Mối Tình Thơ Đẹp Tựa Chiêm Bao
Họa vận thơ TM

1
Anh phổ bài tình thơ đẹp tươi
Trăng mật bờ môi si đắm mãi
Hồ thu thuỷ mắt buồn diệu vợi
Tóc thề bay cuối nẻo tương lai

Anh phổ tâm hồn em xinh ngoan
Nồng nhiệt quay cuồng trong điệu nhớ
Con sóng tràn hôn bờ cát gợn
Hoả diệm sơn khao khát mong chờ

Anh phổ tình mình đẹp như thơ
Chuyện thần thoại cung tơ lóng lánh
Hồn Tiên nữ còn vương duyên nợ
Yêu thi nhân dệt giấc mơ lành

Anh phổ nàng ca sĩ mong manh
Giọng pha lê chất đầy huyễn ảo
Vũng địa đàng nghiêng chao sóng sánh
Hớp giọt tiền duyên giữa chiêm bao!

2
Anh khắc chữ tâm màu son tươi
Áo lam sen trắng cài thơm mãi
Điện Phật lầu chuông cao vời vợi
Thiền môn tĩnh lặng chốn bồng lai

Anh khắc nàng ca sĩ hiền ngoan
Hát điệu lý ngàn năm thương nhớ
Sâu lắng mượt mà mây sóng gợn
"Giận mà thương" ngày tháng mong chờ

Anh khắc nàng thi sĩ làm thơ
Cảm xúc dâng tràn tình lóng lánh
Chữ nghĩa xếp hàng mơ duyên nợ
Vần điệu du dương dệt mộng lành

Anh khắc tình mình quá mong manh
Như sương khói đậu cành hư ảo
Lá thu bay trời sao lấp lánh
Tình mình có thật tưởng chiêm bao!

3
Anh viết chuyện tình mình đẹp tươi
Trong vườn mộng muôn đời thắm mãi
Can đảm vượt trường thành diệu vợi
Đến với nhau mơ chuyện tương lai

Anh viết nụ cười em duyên ngoan
Bờ môi mọng ngàn đời thương nhớ
Mắt hồ thu long lanh sóng gợn
Cho hồn thơ đắm đuối mong chờ

Anh viết cho em trăm bài thơ
Ngàn lá thắm trên dòng lóng lánh
Mùa giãn cách ngồi thương duyên nợ
Nghe tình ca dệt giấc mơ lành

Anh viết chuyện tình mình mong manh
Gam màu tím ráng chiều huyền ảo
Thuyền chênh chao trăng vàng sóng sánh
Tình thơ kỳ diệu tựa chiêm bao!

4
Anh hoạ dung nhan em đẹp tươi
Má lúm đồng tiền duyên thắm mãi
Thiên đường chẳng ở nơi xa vợi
Mà ở trong lòng mộng thới lai

Anh hoạ tâm hồn em hiền ngoan
Áo lam sen trắng lên đồi nhớ
Địa đàng chẳng ở nơi sóng gợn
Mà ở trong tim khao khát chờ

Anh họa thân hình em đẹp thơ
Ngọc ngà trăng sao đêm lóng lánh
Tình nồng cháy mộng mơ duyên nợ
Nữ thần tình ái có tâm lành

Anh hoạ trái tim em mong manh
Nhưng can đảm tuyệt vời diễm ảo
Hương đức hạnh không gì so sánh
Mối tình thơ đẹp tựa chiêm bao!

SÔNG TƯƠNG
Ngày 11/9/2020

Sóng Tình

Thu về rồi! Anh có về không?
Con sóng nhỏ quặn lòng mong nhớ
Sóng vẫn mãi! Thương từng nhịp thở
Xô đôi bờ, chia nhớ đôi nơi.

TIỂU MUỘI
14/8/2020

Hai Phương Trời Nhớ
Hoạ vận thơ TM

1
Tiếng đò vang vọng cả tầng không
Tương giang vỹ chìm trong thương nhớ
Yêu tha thiết khi tim còn thở
Yêu điên cuồng dù ở hai nơi
2
Tháng bảy Thiên đường em nhớ không?
Rượu giao bôi rót hai miền nhớ
Mình cạn ly run run nhịp thở
Thần hân hoan ở cả đôi nơi
3
Mây trắng bay về đâu hư không?
Lá vàng rơi rơi trong nỗi nhớ
Hương tình say say theo nhịp thở
Trăng treo đầu ngõ sáng nơi nơi

SÔNG TƯƠNG
14/8/2020

Phép Màu Tình Yêu

Hỡi tình yêu! có phải điều phù phép
Biến trái tim thêm xinh đẹp ngỡ ngàng
Đã thương nhau dù trắc trở không màng
Tình yêu xoá không gian tan biến mất.
TIỂU MUỘI
14/8/2020

Yêu Không Cần Biết
Họa vận thơ TM

1
Tim quyền lực không cần cho phép
Bờ môi thơm ngọt lịm ngỡ ngàng
Hàng mi cong sầu mộng mơ màng
Yêu như thể Địa đàng sắp mất
2
Bài ca kỳ diệu như có phép
Giọng pha lê trong vắt ngỡ ngàng
Từ quen em hồn phách mơ màng
Yêu như chẳng còn gì để mất
3
Yêu si dại vượt ngoài khuôn phép
Yêu say mê cháy bỏng ngỡ ngàng
Yêu cuồng điên dù đã muộn màng
Không cần biết đúng sai còn mất
SÔNG TƯƠNG
14/8/2020

84
Suốt Cuộc Đời Ơn Mẹ... Mẹ Ơi!

Thu đã về trước ngõ Mẹ ơi!
Chiếc lá vàng rụng rơi gió cuốn
Nhìn dáng Mẹ dưới trời chiều muộn
Con thấy lòng cuồn cuộn nhói đau

Mẹ cả đời chìm giữa bể dâu
Chưa một lần nửa câu than vãn
Mẹ cho con hình hài vóc dáng
Vai Mẹ gầy gánh vạn gian truân

Cõi vô thường tựa áng phù vân
Lấy đi dần tuổi xuân của Mẹ
Cả đời Mẹ hy sinh lặng lẽ
Để hôm nay con trẻ nên người

Ôi! Thiêng liêng hai tiếng "Mẹ ơi"
Được cài đoá hồng nơi lồng ngực
Lòng bồi hồi vô vàn cảm xúc
Con thấy mình diễm phúc biết bao!

Mẹ như ngàn mắt sáng trăng sao
Mẹ như suối rì rào dịu mát
Mẹ trong những ý thơ, điệu nhạc
Mẹ tuyệt vời dào dạt yêu thương

Dù con đi muôn nẻo ngàn phương
Lòng mẹ trải khắp đường con bước
Lời hạn hẹp, kể sao hết được
Cao hơn trời, rộng vượt ngàn khơi

Vu Lan về trên khắp nơi nơi
Vui biết mấy trên đời còn Mẹ
Chỉ bên Mẹ con hoài nhỏ bé
Suốt cuộc đời Ơn Mẹ... Mẹ ơi!

TIỂU MUỘI
29/8/2020

Quê Mẹ Đêm Trăng Tỏ
Hoạ ý thơ TM

1
Vầng nguyệt vừa lên sáng tỏ rằm
Sáng trưng Quốc lộ mộng về thăm
Dưới cầu Xóm Bóng ghe thuyền đậu
Trên đỉnh Hòn Khô thiếu nữ nằm (1)
Kìa vịnh Nha Phu người đối bóng
Nọ đèo Bánh Ít núi mù tăm
Đường về vịnh Gió Mây đi thẳng
Qua núi Phổ Đà đến xứ trầm

2
Trăng Thu vằng vặc sáng đêm rằm
Sáng lạch Cổ Cò thuyền ghé thăm
Giác Hải hồi chuông vang bến nước
Vân Phong tiếng sóng vọng nơi nằm
Rừng dương ướt đẫm sương giăng trắng
Cánh nhạn kêu buồn tiếng mất tăm
Lời Mẹ ru con sầu điệp điệp...
Câu hò kéo lưới giọng trầm trầm
3
Sáng trăng sáng lộng cả đêm rằm
Sáng tỏ thôn Xuân khách đến thăm
Thơm phức hoa cau bên mái vắng
Ngạt ngào hương bưởi võng ai nằm
Ngân vang câu hát tình chung thuỷ
Kẽo kẹt võng đưa đời tối tăm
Điệu lý ngợi ca tình mẫu tử
Tiếng đàn ai nắn nót cung trầm

SÔNG TƯƠNG
Ngày 7/9/2020

-Tựa đề do TM đặt giùm.
(1) Hòn Khô, tức Núi Cô Tiên (thuộc Nha Trang)
có hình dạng giống thiếu nữ đang nằm dài xoã tóc.

Chờ Anh

Chắc gì...!? anh sẽ về thăm
Mà em cứ đếm trăng rằm bao đêm
Lặng nhìn mưa rụng ngoài thềm
Ngồi ôm nhung nhớ hồn thêm thẫn thờ

Chắc gì...!? mà cứ ngóng chờ
Đèn khuya chiếc bóng nhạt mờ khói sương
Chắc gì...!? mà dạ cứ thương
Cứ day dứt nỗi vấn vương tơ lòng

Chắc gì...!? nhưng vẫn hoài mong
Bởi tình đã trót nặng lòng bấy lâu
Chắc gì...!? đã chắc gì đâu...!?
Hôm nay và những ngày sau... em chờ.

TIỂU MUỘI
Ngày 8/9/2020

Chờ Em
Hoạ vận thơ TM

Phải rồi anh sẽ về thăm
Đã chín trăng rằm còn đợi hằng đêm
Thu về chiếc lá rơi thềm
Phù vân mấy kiếp cho thêm ơ thờ?

Phải rồi đã ba mùa chờ
Thiên di soãi cánh hút mờ trong sương
Phương trời trăm nhớ ngàn thương
Yêu nàng Ca sĩ sầu vương tơ lòng

Phải rồi đêm ngóng ngày mong
Yêu nàng Thi sĩ trải lòng bấy lâu
Dù đời ngang trái khổ đau
Một lần yêu vạn kiếp sau vẫn chờ

SÔNG TƯƠNG
Ngày 8/9/2020

Tại Ngày Xưa

Tại ngày xưa, thuở ban đầu
Tại vần thơ ái in sâu vào lòng
Hay tại Nguyệt Lão, Tơ Hồng
Kết se đây đó tình nồng thắm trao

Bây giờ anh hỏi tại sao?!?!
Làm sao em biết Tại Sao Bây Giờ?

TIỂU MUỘI
16/5/2021

Anh Vẫn Luôn Bên Em
Hồi đáp thơ TM

Sáng nay ngày Rằm tháng Tư
Trông em trẻ đẹp như chưa có chồng
Hỡi nàng Tiên vịnh Vân Phong!
Trông em duyên dáng má hồng môi son

Chúc em vui vẻ hiền ngoan
Dung nhan rạng rỡ tâm hồn trong veo
Ngày nào anh cũng dõi theo
Hoá thân làm tiếng thông reo sau nhà

Làm sương giăng mắc ngõ hoa
Làm gió mát rợi lay tà áo em
Ngày nào anh cũng kề bên
Rì rào sóng vỗ ru em giấc nồng

Ngày nào anh cũng nhớ mong
Dõi theo em tận Tu Bông, Hà Già
Mối tình thơ đẹp như hoa
Thiết tha cao cả đậm đà sắt son!
   SÔNG TƯƠNG
   Ngày 21/5/2021
   26/5/21 (Rằm tháng Tư năm Tân Sửu)

Hạ Nhớ

Em thả buồn lẫn vào tiếng ve ngân
Và ước ao sẽ đôi lần anh hiểu
Lời yêu thương nói bao nhiêu cũng thiếu
Nỗi nhớ người mỗi lúc mỗi nhiều thêm.

TIỂU MUỘI
Ngày 2/6/2021

Dòng Sông Ngậm Ngùi
Hồi đáp thơ TM

Dòng sông trắng xoá lặng lờ trôi…
Chuyên chở giùm ta những ngậm ngùi
Ai khiến ta thuyền xa bến lỡ?
Ai xui em phận hẩm duyên ôi?
Truân chuyên lận đận nơi trần thế
Trắc trở trái ngang giữa cuộc đời
Có phải vụng đường tu kiếp trước?
Yêu nhau mà chẳng thể chung đôi!

SÔNG TƯƠNG
Ngày 5/6/2021

Gần Kề Bên Nhau

Bao giờ mới đến ngày sau?
Cái ngày ta đã hẹn nhau sẽ về
Bao giờ đời hết nhiêu khê?
Để đôi ta được gần kề bên nhau.
TIỂU MUỘI
Ngày 2/6/2021

Yêu Xa
Hồi đáp thơ TM

Mỗi sáng chờ tin nhắn
Mỗi chiều đợi nhắn tin
Thời gian dài đằng đẵng
Sầu chất ngất trong tim

Biết em vẫn đi về
Dâng đời bao tiếng hát
Giọng ca buồn man mác
Tà áo bay tóc thề

Em ơi! đời thê thiết
Hai phương trời cách biệt
Mình còn mãi xa nhau
Tím ngắt đại dương sầu

Đời bẽ bàng ngang trái
Một lần thành vạn đại
Hồng nhan tri kỷ ơi!
Người còn phải xa người

SÔNG TƯƠNG
Ngày 2/6/2021

Ngàn Năm Em Vẫn Đợi

Em lại về bên biển
Giữa trùng khơi mênh mông
Sóng nhẹ nhàng tha thiết
Ôm bờ cát vào lòng

Ẩn hiện trong ý nghĩ
Ước gì… anh ở đây
Lời yêu trao thủ thỉ
Mặc hương tình đắm say

Cánh buồm còn có gió
Mây còn có trời xanh
Ước mơ em bé nhỏ
Đời em còn có anh

Ngọn sóng hôn bờ cát
Gió đưa thuyền ra khơi
Lòng em buồn man mác
Lại thấy nhớ anh rồi

Em gửi về phương anh
Một tình yêu cao vợi
Dù trăm năm, ngàn năm
Nơi này em vẫn đợi.

TIỂU MUỘI
16/6/2021

Yêu Em Nhất Trên Đời
Hồi đáp thơ TM

Yêu em nhất trên đời
Thông minh đẹp rạng ngời
Công dung ngôn hạnh đủ
Kiều diễm sắc hương trời

Má lúm nụ cười duyên
Tâm bát ngát hương thiền
Hạt mè xinh xinh điểm
Đoá hoa môi dịu hiền

Yêu em nhất trên đời
Giọng ca em bồi hồi
Vần thơ em diễm tuyệt
Cho tình ai lên ngôi?

Càng nghe càng thẫn thờ
Càng đọc càng ngẩn ngơ
Trăm bài thơ ứng khẩu
Vạn lời ca mong chờ

Trên dòng sông trăng tỏ
Chuyên chở những niềm riêng
Trôi về đâu củi nỏ
Cho tình đẹp vô biên

Khiến tim ai thổn thức
Để hồn ai trông chờ
Từ khung trời viễn mộng
Yêu mãi người tình thơ

SÔNG TƯƠNG
20/6/21

90
Lạ Lắm

Lạ chưa!?! Cái buổi tình cờ
Đôi lòng chung một hồn thơ ngọt ngào
Mấy dòng thăm hỏi gửi trao
Hỏng quen mà dạ dạt dào thương mong.

Lạ kỳ!?! Sao cứ ngóng trông?
Đợi chờ hỏng thấy, bỗng lòng buồn tênh
Nhủ thầm: Người ấy đã quên!?!
Ghét ghê, gặp lại, bắt đền cho coi.

Lạ thay!?! Lúc nhận tin rồi
Lòng không nỡ giận, tim thôi hết sầu
Nỗi buồn cũng biến đi đâu
Chỉ còn ánh mắt ngập màu yêu thương

Lạ lùng! Hai kẻ hai phương
Cớ sao dạ cứ miên trường nhớ nhau
Lạ lắm! Chẳng biết vì đâu!?!?
Phải chăng!?! Từ buổi ban đầu đã yệu.
TIỂU MUỘI
26/8/21

Ước Gì
Hoạ ý thơ TM

Lạ lùng cứ nhớ cứ mong!
Tiếng gà đã gáy bên sông eo sèo
Ước gì ta hóa thành mèo
Ban ngày leo trèo chạy nhảy lang thang

Tối về nằm kế bên nàng
Khuê phòng mờ ảo gối màn thêu hoa
Rạng ngời dáng ngọc thân ngà
Mày ngài mắt phượng môi hoa tóc thề

Khúc tình cháy bỏng sơn khê
Câu hò lãng mạn tái tê u hoài
Lời ru xa vắng dặm dài
Cho người đầu suối thương ai cuối đèo

Ước gì ta hóa thành mèo
Ban ngày leo trèo cây mận hè trên
Tối về nằm ngủ kế bên
Để nghe nàng hát «sầu trên xứ người» (*)

SÔNG TƯƠNG
27/8/21

(*) nhạc Phạm Duy

91
Sầu Tương Tư

Gặp nhau cứ ngỡ chuyện thường
Xa nhau mới biết nhớ thương nao lòng
Hỏi chàng có nhớ em không?
Riêng em cứ đợi cứ mong thẫn thờ

Nỗi niềm em thả vào thơ
Mượn vần lục bát gửi về phương xa
Trăng treo ngọn núi Phổ Đà
Đợi chàng mấy bận trăng già lại non

Thời gian hương sắc mài mòn
Tàn hoa, úa nhuỵ chàng còn thương chăng?
Chập chùng núi cách sông ngăn
Yêu anh em đợi, dẫu rằng mấy thu.

TIỂU MUỘI
16/9/2021

Vẫn Yêu Em Nhất Trên Đời
Hoạ ý thơ TM

Em ơi! đừng hỏi "thương chăng"
Từ mô tê đến rứa răng kiếp nào?
Kiếp nào kiếp nảo kiếp nao…
Kiếp này cũng vẫn như bao kiếp rồi

Vẫn yêu em nhất trên đời
Vẫn yêu như thể yêu người tri âm
Vẫn yêu lặng lẽ âm thầm
Đêm tơ ngày tưởng ước nằm kế bên

Đầu gối tay ấp dịu êm
Vẫn yêu như thể trong đêm địa đàng
Vẫn yêu điên dại nồng nàn
Vẫn yêu sâu đậm chứa chan ân tình…

Từ hoàng hôn đến bình minh
Yêu em hết cuộc hành trình còn yêu
Yêu em hương sắc diễm kiều
Nết na thuỳ mị mỹ miều đoan trang

Yêu em sóng vỗ bờ tràn
Yêu em núi lở rừng tàn còn yêu…

SÔNG TƯƠNG
16/9/2021

Hẹn Trăng Mười Sáu

Trăng mười sáu tròn như lời hẹn
Đợi một ngày trọn vẹn ước mong
Thuyền kia nhớ bến xuôi dòng
Thỏa niềm sớm nhớ chiều trông bao ngày

Thêm một lần rừng cây thay lá
Là giọt sầu lã chã, phất phơ
Người thương ở chốn xa mờ
Bóng trăng đáy nước lững lờ hư vô

Lời thơ cũng vần khô ý cạn
Như chim trời lạc bạn lẻ loi
Mình em một bóng đơn côi
Nhìn theo trăng khuất sau đồi xa xăm

Nàng Tô Thị ngàn năm hoá đá
Chữ thuỷ chung tạc dạ muôn đời
Duyên ta âu cũng tại trời
Cách chia đôi ngả người ơi! Khổ sầu

Ôm tương tư lòng đau thống thiết
Đợi ngày mai trăng khuyết lại tròn
Người ơi! giữ tấm lòng son
Còn trăng mười sáu em còn đợi anh.

         TIỂU MUỘI
         22/9/2021

Tình Ta Màu Tím
Hoạ ý thơ TM

Em tôi không nói mà làm
Tình em cao cả thế gian ai người?
Tôi yêu em nhất trên đời
Trái tim can đảm một trời yêu thương

Vượt qua ngàn vạn biên cương
Tình em Khuê Đẩu sắc hương rạng ngời
Tôi yêu em nhất trên đời
Hồng nhan tri kỷ phương trời thấu không?

Mai về trên Vịnh Vân Phong
Cùng em ra đảo Hòn Ông tạ Trời
Cửa Vạn, Cửa Giã, Mũi Đôi
Thiên nhiên có cặp con người sao không?

Phương đoài còn ngóng phương đông
Bềnh bồng sắc tím mênh mông màu buồn
Xuân Đừng, Bãi Rạng, Đầm Môn
Hải âu còn nhớ Điệp Sơn bay về…

Vân Phong mây sóng hẹn thề
Non bồng nước nhược lối về chiêm bao
Trăm năm hoài vọng kiếp nào?
Tình em son sắt nghẹn ngào tim anh

Hai phương trời biển xanh xanh
Tình ta màu tím mà thành thiên thu!

SÔNG TƯƠNG
24/9/2021

Mây Ngàn

Lòng em như mây
Hồn anh như cây
Suốt đời gắn bó
Mây ngàn đó đây

Dù xa vạn dặm
Kẻ đêm người ngày
Nhưng trong tâm thức
Tình vẫn tròn đầy

Không hề xa cách
Tình mãi đắm say

SÔNG TƯƠNG
29/11/2021

Sang Mùa
Hoạ ý thơ ST

Thuyền em long đong
Tình anh như sông
Vòng tay rộng mở
Ôm em vào lòng

Nửa vòng trái đất
Trời khoác áo đông
Nơi phương trời đó
Anh có lạnh không!?!

Nhớ mặc cho ấm
Để em an lòng.

TIỂU MUỘI
Ngày 1/12/2021

Mưa Buồn

Mưa rơi rả rích đêm dài
Bâng khuâng dạ cứ nhớ ai thế này?
Nỗi buồn tràn ngập bủa vây
Tơ lòng ray rứt đoạ đày hồn ta

Tiếng mưa nghe quá xót xa
Như từng vết cứa thịt da rã rời
Thôi đừng mưa nữa mưa ơi!
Ướt mi ướt cả mảnh đời đơn côi.

TIỂU MUỘI
26/10/21

Yêu Em Tài Sắc
Hồi đáp thơ TM

Yêu em vì sắc mến vì tài
Tài sắc Trời cho đủ cả hai
Nhan sắc rạng ngời hoa tuyết núi
Tài năng độc đáo nguyệt song mai
Niềm vui ca hát luôn đeo đuổi
Duyên nợ văn chương vẫn miệt mài
Đức hạnh khiêm cung vì đạo pháp
Áo lam, mũ tứ, bạch liên cài

SÔNG TƯƠNG
12/11/21

Khúc Tự Tình Mùa Hạ

Anh ơi! Hạ đã đến rồi
Ve sầu cất tiếng bồi hồi nỉ non
Em ngồi rút sợi đa đoan
Vá khâu nửa mảnh tình còn dở dang

Trời ghen chi phận hồng nhan?
Cách chia duyên nợ đôi đàng phân ly
Một người bạt cánh chim di
Để người trông ngóng sầu bi khóc thầm

Đời em như nốt nhạc trầm
Ẩn trong cung điệu dương cầm buồn lơi
Ngồi gom từng cánh phượng rơi
Xếp đôi tim đỏ thắm lời nhớ mong

Hỏi người? Người có nghe không?
Có con Ve nhỏ rút lòng thở than
Đông đi, Xuân đến, Hạ tàn
Bao giờ em được bên chàng?!? Chàng ơi !!?

TIỂU MUỘI
19/5/2021

Thiên Đường Mở Cửa
Hồi đáp thơ TM

Mười bảy tháng trời chờ đợi héo hon
Thương nhớ ngóng trông con mắt đã mòn
Cám ơn chiếc cầu hai bờ biển bắt
Bằng những vần thơ héo hắt u buồn

Mười bảy tháng trời loay hoay kiếm tìm
Thời gian tím ngắt không gian im lìm
Cám ơn mùa Thu mưa ngâu lá đổ
Chia sẻ cùng ta sầu khổ trong tim

Mười bảy tháng trời đằng đẵng lê thê
Tâm hồn cô đơn trống vắng ê chề
Cảm tạ cuộc đời cho người lưu lạc
Còn một quê hương để hướng lòng về

Cảm tạ tình em cao cả bao la
Xoá nhoà khoảng cách nồng nàn thiết tha
Cho trái tim sầu được vui trở lại
Giữa đời đày ải muôn trùng cách xa

Cám ơn mạng ảo cho mình hội ngộ
Thì thầm bên tai em nói yêu anh
Lòng anh rưng rưng thiên đường mở cửa
Hạnh phúc vỡ oà đời đẹp như tranh!

SÔNG TƯƠNG
30/8/2021

Khánh Hòa Yêu Thương

Ai về thăm xứ trầm hương
Thoáng nghe sóng vỗ du dương biển chiều
Trời xanh quyện tiếng sáo diều
Về đây sẽ thấy thêm yêu Khánh Hoà.

TIỂU MUỘI
Ngày 2/12/2021

Trăng Lên Dốc Lết

Mơ về thăm xứ ngàn hương
Cùng em ngồi dưới hàng dương ngắm chiều
Đảo xa kiều nữ cánh diều
Trăng lên Dốc Lết càng yêu Ninh Hoà

SÔNG TƯƠNG
Ngày 2/12/2021

Sao Chưa Về?

Sao chưa về thăm Xứ Vạn anh ơi?
Biển Vạn Giã vẫn rì rào sóng gọi
Trời xứ Vạn vẫn xanh trong vời vợi
Cô lái đò vẫn đứng đợi người thương.
                                TIỂU MUỘI
                                23/8/2021

Đời Lãng Tử
Hoạ ý thơ TM

Đời lãng tử như mây ngàn phương
Trôi nổi giữa trời không bến đậu
Hướng vọng quê nhà lòng đau đáu
Người ơi! có thấu nỗi sầu thương?
                                SÔNG TƯƠNG
                                23/8/21

98

Chùa Long Thọ Cảm Tác

Về Ninh Diêm ghé thăm Long Thọ Tự
Ngang qua cánh đồng ruộng muối trắng tinh
Dãy Hòn Hèo chạy ra biển hữu tình
Có Hòn Lớn nằm ngoài khơi chắn bão

Dốc Lết mịn màng mình cùng đi dạo
Đầm Vân nằm sát nách Vịnh Nha Phu
Đỉnh Tiên Du cao ngất phủ mây mù
Giữa lòng vịnh bảy hòn non lộng gió

Mình quay lại nha em! Chùa Long Thọ!
Tiếng chày kình vang vọng tận tầng không
Chùa gỗ sao nghìn tuổi vớt dưới sông
Thầy Đạo Biện có tâm hồn nghệ thuật

Tôn tạo Thiền môn toàn bằng hàng độc
Tại Ninh Hoà chỉ có một không hai
Đẹp ngỡ ngàng bên con lộ chạy dài
Cổng tam quan uy nghi bằng gỗ quý

Tượng Bổn Sư lá bồ đề lí rí
Tượng Đạt Ma đường nét khắc tuyệt vời!
Đẹp hoang sơ gốc rễ tuổi mười đời?
Nước gỗ rin màu nâu đen độc đáo

Bi trí dũng mang tinh thần Phật giáo
Đi vào đời hoằng pháp độ chúng sinh
Ngôi danh lam rất lạ của quê mình!
Tiếng mõ lời kinh quên niềm tục lụy

SÔNG TƯƠNG
Ngày 1/1/2022

Long Thọ Tự – Chốn Khai Tâm
Hoạ vận thơ ST

Em sẽ cùng anh viếng Long Thọ Tự
Nghe tiếng chuông hồn an trú anh tinh
Diệu pháp âm khai sáng kẻ hữu tình
Ngộ nhân quả, giữ tâm bình trước bão

Lòng nhẹ nhàng cửa Thiền vui bước dạo
Nguyện nhắc nhau chăm hành đạo công phu
Lòng những mong thoát mê cảnh mịt mù
Buông chấp niệm hồn vân du theo gió

Trước Đại điện Ngôi Già Lam Long Thọ
Bỗng như nghe từ vô thỉ sắc không
Đấng Đại Hùng Quán Âm ngự mặt sông
Nghìn tay, mắt toả liên hồng tuyệt thuật

Vẫy nhành dương tĩnh thức đời u uất
Độ chúng sanh thoát ngũ trược lầm sai
Bởi tham si nên sân hận sâu dày
Nhờ pháp nhũ Chúng Tăng tài cao quý

Lời vàng ngọc Thầy đã khai tâm trí
Cho người người nhuần đạo vị cao vời
Người Ninh Diêm mãi ghi nhớ muôn đời
Gắng tu tập, Long Thọ nơi lai đáo

Chùa Long Thọ cõi truyền thừa Phật Giáo
Chúng Tăng Tài sống vì đạo hy sinh
Em và anh cùng chăm chỉ sửa mình
Cùng hoan hỷ thoát vô minh ái luy.

TIỂU MUỘI
Ngày 4/2/2022

Hương Bay

1
Tà áo hường phơ phất
Hồn thơ theo gió say
Cả cánh đồng cỏ mật
Cũng ngạt ngào hương bay
2
Mưa phùn rơi lất phất
Em sáng chiều hăng say
Bố thí ba la mật
Hương đức hạnh thầm bay (*)
3
Hương Thu còn phảng phất
Trên cành Đông ngủ say
Môi hồng nào ướp mật?
Cho hồn chới với bay
4
Ngàn giọt Xuân lất phất
Vạn cây rừng đắm say
Phải ta loài ong mật?
Theo em rớt cánh bay

SÔNG TƯƠNG
26/12/21

(*) Kinh Pháp Cú:
"Hương người đức hạnh ngược gió
bay đi khắp muôn phương"

Hương Tình
Hoạ vận thơ ST

1
Hương tóc em phảng phất
Cho lòng ai đắm say?
Làn môi xinh rượu mật
Quyện hồn ai nhẹ bay?
2
Giữa bụi trần lất phất
Trái tim vùi ngủ say
Bỗng lời yêu ướp mật
Gọi hương tình bay bay.

TIỂU MUỘI
14/1/22

Thì Thầm Gọi Xuân

Sáng nay vừa thức giấc
Nghe chim ríu rít ca
Bướm rủ nhau tìm mật
Vờn bên hoa la đà

Từng áng mây trắng mượt
Tắm trong vạt nắng vàng
Hoa cỏ vui là lượt
Rộn ràng đón Tết sang

Kìa tầm xuân vừa nở!
Hay nụ tình đơm bông?
Em giấu trong nhịp thở
Nụ môi chúm chím hồng

Gió nhẹ rung chồi biếc
Gọi nàng Xuân rạng ngời
Em! Từ trong cõi nhớ
Thì thầm gọi "Anh ơi!"

Nắng đã vàng đầy sân
Mai đã vàng đầy ngõ
Mà nỗi nhớ bâng khuâng
Chẳng thể nào bày tỏ

Lại một mùa Xuân tới
Trải hoa thơm khắp trời
Thì thầm... Em muốn nói...
Em chỉ cần anh thôi.

TIỂU MUỘI
Ngày 10/1/2022

Gọi Em Mùa Xuân
Hoạ vận thơ TM

Tuyết tan, Xuân tỉnh giấc
Ngoài vườn yến oanh ca
Đất trời như ướp mật
Tình thanh cao đậm đà

Thảo nguyên xanh mà mượt
Se duyên cùng nắng vàng
Đàn bướm bay lũ lượt
Dự hội Mùa Xuân sang

Vườn đào vừa hé nở
Thanh phố ngập pháo bông
Trái tim như ngừng thở
Ngàn nụ hôn thắm hồng

Biển vàng ôm núi biếc
Buồm nâu cỡi sóng ngời
Từ cuối trời thương nhớ
Anh gọi người tình ơi!

Cát tường đã đỏ sân
Diên vĩ vàng ngoài ngõ
Sao lòng còn bâng khuâng?
Yêu mà không dám tỏ

Một mùa Xuân nữa tới
Ngàn hoa ngập đất trời
Từ xa khơi anh nói
Anh chỉ cần em thôi

SÔNG TƯƠNG
Ngày 20/1/2022

Tản Mạn Tình Xuân

Một mùa đông nữa đi qua
Bướm xuân lởn vởn la đà ngoài sân
Ông Đồ mài mực đối vần
Ngoài đường náo nhiệt trống lân rộn ràng

Nhà nhà mừng đón Xuân sang
Bánh chưng trong bếp, mai vàng ngoài hiên
Chúc cho con cháu thảo hiền
Chúc cho đôi lứa tình duyên mặn mà

Chúc người thương tận xứ xa
Đón Tết ấm cúng, đậm đà hương quê
Dù còn trắc trở nhiêu khê
Vườn Xuân đất Mẹ lối về trong tim

Muôn hoa, vạn bướm ong tìm
Có bông hoa dại đắm chìm trong mơ
Xoè tay đón giọt tình thơ
Chao ôi! Hạnh phúc bất ngờ trào dâng

Ngoài kia rộn rã trống lân
Lòng em Xuân đã giáng trần từ lâu
Phút giây hạnh ngộ buổi đầu
"Gởi Người Trong Mộng" bắt cầu tình duyên.

TIỂU MUỘI
30/12/2021

Tản Mạn Tình Xuân
Hoạ vận thơ TM

Mùa Đông thứ nhất trôi qua
Cành mai vàng đẹp đậm đà trước sân
Cùng em nối thơ đôi vần
Giao thừa vui vẻ trống lân rộn ràng

Mùa Xuân thứ hai vừa sang
Trăm hồng bách hợp ngàn vàng hoa hiên
Trong nhà rể thảo dâu hiền
Ngoài đường nữ tú se duyên mặn mà

Xuân về thêm nhớ người xa
Thân cò lặn lội chiều tà sông quê
Đá mềm chân cứng nhiêu khê
Sương giăng đầu ngõ gió về ngay tim

Mùa Xuân ong bướm đi tìm
Mà sao ta vẫn đắm chìm trong mơ?
Hai năm nặng trĩu tình thơ
Thuyền xa tít tắp đôi bờ triều dâng

Xuân về thơm ngát hương lân
Lòng anh Xuân cũng giáng trần đã lâu
Từ gặp em phút ban đầu
"Mộng Tình Thơ" đã bắt cầu nhân duyên

SÔNG TƯƠNG
Ngày 2/1/2022

Áo Bay

1
Áo bay trắng xoá cả trời mây
Khép mở đôi tà tim ngất ngây
Cuốn hút hồn ta trên cánh gió
Mang theo ngàn nỗi nhớ nhung đầy
2
Đẹp thay chiếc áo dài màu mây!
Gió mở đôi tà tim ngất ngây
Hương sắc Trời cho tình thắm thiết
Vần thơ diễm tuyệt ý đong đầy
3
Làn gió Xuân về quyện khói mây
Lùa vào tà áo trắng thơ ngây
Phơi bày dáng ngọc ngà kiều diễm
Cho tình lãng mạn nhạc thơ đầy
4
Thướt tha duyên dáng giữa trời mây
Sắc nước hương trời đẹp ngất ngây
Lạ lùng chiếc áo vừa kín đáo!
Lại vừa gợi cảm nhớ thương đầy

SÔNG TƯƠNG
Ngày 23/1/2022

Tương Tư
Hoạ vận thơ ST

1
Tha thướt lụa mềm tựa dáng mây
Trinh nguyên áo trắng tuổi thơ ngây
Tóc thề buông xõa theo làn gió
Lưu luyến tim ta mãi đong đầy.
2
Lụa mỏng đôi tà nhẹ như mây
Khiến lòng lãng tử say ngất ngây
Dõi mắt hút tầm theo làn gió
Tưởng như vừa cạn chén men đầy.

TIỂU MUỘI
25/1/2022

Tình Thơ Lãng Mạn

Ngày lễ Valentine tặng nàng
Tình thơ lãng mạn đẹp mênh mang
Ngôn từ lấp lánh hồn say đắm
Vần điệu du dương mộng ngập tràn
Xuân đến nối thơ càng thắm thiết
Hè về xướng họa thêm nồng nàn
Đường xa diệu vợi nhưng tâm thức
Vẫn thuộc về nhau tình chứa chan

SÔNG TƯƠNG
Ngày 14/2/2022

Tình Đẹp Như Thơ
Hoạ vận thơ ST

Gói trọn tâm tư gửi đến chàng
Vài lời yêu mến ý mang mang
Đầu non biển ước duyên tri ngộ
Cuối vịnh non thề phúc ngập tràn
Đằng đẵng cách ngăn hoài thắm thiết
Xa xôi trắc trở vẫn nồng nàn
Ngọt ngào mãi giữ nơi tâm thức
Tình đẹp như thơ luôn chứa chan.

TIỂU MUỘI
Ngày 14/2/2022

Mùa Xuân Tươi Thắm

Mai đào nở rộ khắp giang sơn
Mây sóng hôn nhau, én liệng vờn
Khi bóng Nữ vương vừa xuất hiện
Mùa Xuân tươi thắm thắm tươi hơn
           SÔNG TƯƠNG
         Mùng 1 Tết Nhâm Dần 2022

Lạc Cảnh
Hoạ ý thơ ST

Oanh, yến gọi nhau ríu rít vườn
Cúc, hồng lấp lánh giọt sương vương
Câu thơ lạc giữa hồn lãng tử
Cảnh đâu? đẹp tựa chốn nghê thường!
           TIỂU MUỘI
         Mùng 1 Tết Nhâm Dần 2022

105

Nụ Hôn

Một nụ cười buồn dù rất nhẹ
Cũng làm xao xuyến cả hoàng hôn
Một nụ hôn xa dù rất khẽ
Cũng làm ngây ngất cả tâm hồn
        SÔNG TƯƠNG
          -Lúc 12:00 giờ đêm Giao Thừa 2022

Yêu Xa
Hoạ ý thơ ST

Đôi lời thăm hỏi dẫu rất xa
Đã làm rung cảm trái tim ta
Đôi câu thương nhớ dù chưa gặp
Đã thấy tình ai thật đậm đà!

                    TIỂU MUỘI
                    19/2/2022

Hồng Nhan Tri Kỷ

Trong trái tim, em là Hoàng Hậu
Trong cõi lòng, em là Nàng Tiên
Sắc nước hương trời về tụ hội
Cho mắt long lanh thơ ảo huyền

Cho tiếng ca hoài vọng xa xôi
Cho tình cao cả áng mây trời
Tâm từ gánh chịu mọi sầu khổ
Mọi phân ly phi lý cuộc đời

Nhận hết những thiệt thòi cô đơn
Để tri âm được chữ vuông tròn
Tấm lòng quảng đại ba la mật
Anh thề chẳng thể nào quên ơn

Hồng nhan tri kỷ dấu yêu ơi!
Tà áo bay bay tựa ráng trời
Lần đầu gặp giữa bờ hư thực
Dòng suối mơ thương nhớ suốt đời

Từ lúc được gọi dấu yêu ơi!
Lòng anh hạnh phúc mãi không thôi
Kẻ ở chân trời người góc biển
Nhưng trong tâm thức chẳng xa rời

SÔNG TƯƠNG
Ngày 5/3/2022

Có Một Người Như Thế!
Hồi đáp thơ ST

Có một người luôn lặng lẽ kề bên
Khi cuộc đời em chênh vênh, trống vắng
Vẫn luôn âm thầm quan tâm, lo lắng
Dỗ dành em trong những lúc em buồn

Nhẹ nhàng khuyên em cố gắng bỏ buông
Kể em nghe thế thường luôn vạn biến
Anh hay bảo... đò tình đã lỡ chuyến
Hợp rồi tan đó là chuyện vô thường

Từng lời từ chất chứa những yêu thương
Anh cứ thế dõi theo đường em bước
Ân tình này nói sao cho hết được
Em dại khờ... thầm ước... nguyện kiếp sau

Có một người luôn xoa dịu niềm đau
Lòng bỗng nhẹ qua từng câu anh kể
Em hạnh phúc, có một người như thế
Có một người luôn lặng lẽ bên em.

TIỂU MUỘI
Ngày 23/3/2022

107
Mưa Trái Mùa!

Dấu yêu à! Anh đã thức giấc chưa?
Em nơi này, trời mới vừa chập tối
Đang vào Hạ mà mưa giăng ngập lối
Khiến con tim chìm trong nỗi nhớ nhung

Ngồi một mình, trôi theo những mông lung
Buồn nào hơn khi nghìn trùng cách trở
Bong bóng mưa cứ lần hồi tan vỡ
Gợi nỗi niềm, chuyện trắc trở tình ta

Dấu yêu à! Mình cứ mãi cách xa
Biết năm tháng, có phôi pha không nhỉ?
Có đôi lúc, em trở nên ích kỷ
Giận vu vơ, làm tâm trí vương sầu

Dấu yêu à! Anh đang ở nơi đâu?
Trái tim nhỏ đang thét gào vì nhớ
Mưa trái mùa, tí tách rơi vụn vỡ
Hay cõi lòng, đang than thở, nhớ anh?

TIỂU MUỘI
Ngày 7/4/2022

Vạn Thuở Không Quên
Hồi đáp thơ TM

Ngày này tháng này hai năm trước
"Hữu duyên thiên lý" mình quen nhau
Anh chuyển lời em thành vần điệu
Ba khổ thơ như ba nhịp cầu

Em viết "Chời ơi hay quá nà
Thành thật cảm ơn thi sĩ ạ
Chúc anh luôn khoẻ mạnh an yên
Phòng chống dịch bệnh thật tốt ạ."

Thân thiện hồn nhiên và mộc mạc
Chỉ bao nhiêu đó mà yêu nhau
Giây phút ban đầu chân chất ấy
Mà tình thơ đẹp mãi ngàn sau

Vẫn còn lưu giữ trong tim ai
Tà áo hồng bay giữa nắng phai
Đồng lúa mượt mà thì con gái
Chỉ bao nhiêu đó mà yêu hoài

Giây phút ban đầu dung dị ấy
Mà tình thơ vạn thuở không quên
Tri âm gặp gỡ người tri kỷ
Hạnh phúc trào dâng xoá não phiền

SÔNG TƯƠNG
Ngày 10/4/2022

Gởi Em Cô Gái Tháng Ba

Nhắn gởi Em, cô gái Tháng Ba
Nụ cười chính là quà cuộc sống
An nhiên giữa biển đời vọng động
Và cũng đừng ảo mộng đâu xa

Tuổi tứ tuần, chớp mắt đã qua
Chẳng còn thuở mơ hoa khờ dại
Gom chút hương xuân còn sót lại
Tặng đời tươi mãi nụ cười duyên.

TIỂU MUỘI
Ngày 2/3/2022

Mảnh Vườn Xanh Xanh
Hồi đáp thơ TM

Giữa đời vật chất quay cuồng
Anh đây chỉ có mảnh vườn xanh xanh
Thu về gió mát trăng thanh
Xuân sang hoa nở đầy cành thơm tho

Chim vành khuyên hót líu lo
Chào mào bay lượn đàn cò đứng trông
Mùa Hè mây trắng bềnh bồng
Anh hái nhãn lồng na vải tặng em

Sự đời chẳng muốn bon chen
Sáng nhìn hoa nở tối xem trăng vàng
Túi thơ bầu rượu thênh thang
Sáo diều vang vọng mênh mang câu hò

Dòng sông bến nước con đò
Khi vui mình lại hẹn hò nối thơ
Trần gian như cõi mộng mơ
Cánh buồm theo gió bến bờ là đâu?

An bần lạc đạo chỉ cầu
Tình ta thắm mãi như màu thời gian

SÔNG TƯƠNG
Ngày 3/3/2022

Đành

Bâng khuâng giữa cảnh Xuân
Muốn nói nhưng ngại ngần
Đành giấu vào tim nhỏ
Mặc kệ sóng trào dâng.

TIỂU MUỘI

Đành
Hoạ vận thơ TM

Trước vẻ đẹp nàng Xuân
Ta ngẩn ngơ, tần ngần
Ngôn ngữ đành bất lực
Hồn thơ sóng bủa dâng

SÔNG TƯƠNG

Mẹ Là Hồn Thơ

Đầu thu chiếc lá vàng rơi
Nhà ai dìu dặt à ơi... võng đều?
Đồng xanh vắng tiếng sáo diều
Mẹ nghiêng nón lá, bóng chiều ngã theo

Sông quê mặt nước trong veo
Đời còn có Mẹ dẫu nghèo vẫn hơn
Mẹ dạy con hiểu nghĩa nhơn
Nhận quả phải nhớ đền ơn người trồng

Lời Mẹ hiền dịu ấm nồng
Êm hơn tiếng sóng mênh mông biển trời
Mùa Vu Lan đến, Mẹ ơi!
Con nguyện cho Mẹ một đời bình an

Chùa xa nhè nhẹ chuông vang
Hoàng hôn thả nắng nhuộm vàng bờ đê
Nón Mẹ che mát hồn quê
Cho con cả lối đi về đầy hoa.

TIỂU MUỘI
19/8/2021

Lòng Cò
Hồi đáp thơ TM

Nuôi cháu nuôi mẹ nuôi con
Thời gian còm cõi héo hon cánh cò
Dòng sông khúc khuỷu quanh co
Bèo trôi lớp lớp để cho cò buồn

Mặt trời đã ngã sau hòn
Dòng sông nước chảy đá mòn chiều phai
Quạnh hiu trên quãng đường dài
Cô liêu mấy cõi sơ khai giữa trời?

Đồng không không một bóng người
Dòng sông bên lở bên bồi hoàng hôn
Thân cò lặn lội đầu non
Mặt trời sắp tắt con đường còn xa

Quạnh hiu không một mái nhà
Cô liêu tím cả giang hà cỏ cây
Thuỷ triều lúc vơi lúc đầy
Lòng cò chỉ một màu mây trắng buồn

Dòng sông lệ chảy sầu tuôn
Tiếng cò vang vọng trên buôn xa vời
Đêm dài rồi sẽ qua thôi
Bình minh ló dạng mặt trời sẽ lên

SÔNG TƯƠNG
Sáng 23/8/21

Tháng Ba Làm Chứng Mối Tình Thơ
(21 khổ = 84 câu)

1
Tháng Ba hoa gạo rợp trời quê hương
Anh viết cho em bài thơ thứ nhất
Tình yêu kết bằng gam màu chất ngất
Tím ngắt trong hồn đêm vấn ngày vương

Tháng Ba lại về mang theo nhớ thương
Mười hai tháng toàn lo âu vất vả
Đời chia cách cho lòng thêm băng giá
Hồn khát khao tim rời rã yêu đương

Nhớ một ngày tháng Chạp mờ hơi sương
Bấc thổi phùn bay lạnh lùng áo não
Tình cờ gặp tấm hình trên mạng ảo
Suốt mùa Đông hồn lạc nẻo sông Tương

Mơ hình tưởng bóng sầu khổ vấn vương
Lặng lẽ âm thầm bốn bề u tịch
Lòng cô đơn nhớ người trong cổ tích
Mơ yêu đương lãng mạn những con đường
5
Thật lạ lùng từ đó duyên văn chương!
Mở cánh cửa ngập tràn mây với sóng
Anh liều mạng viết 'Gởi Người Trong Mộng'
'Mộng Tình Thơ' em đáp ngạt ngào hương

Thật lạ lùng từ đó đôi uyên ương!
Cầu Ô bắt bằng vần thơ lãng mạn
Cũng có lúc lệ sầu rơi lai láng
Mà tháng Ba làm chứng mối tình thơ

Tháng Ba trở lại đẹp đẽ vô bờ
Và bất tử ở trong hồn bỏ ngỏ
Tháng Ba rực rỡ màu hoa gạo đỏ
Nắng lung linh màu 'mắt biển' em yêu

Tháng Ba còn đó xinh đẹp mỹ miều
Mà đẹp nhất mối tình thơ sương khói
Em can đảm bắt cây cầu Ô mới
Nối hai đầu thương nhớ trên sông Tương

Tháng Ba chưa hết nỗi niềm luyến thương
Cánh đồng xanh xanh lúa thì con gái
Áo hồng bay bay tình anh si dại
Núi xa xa ôm ấp một thiên tình
10
Tháng Ba còn đó màu nắng thuỷ tinh
Biển chớp chớp những nỗi buồn vô hạn
Tà áo đỏ mái tóc dài lãng mạn
Mắt đăm chiêu sầu mộng gởi con thuyền

Tháng Ba trở về thương nhớ dáng Tiên
Nhớ nụ cười giấu duyên xưa sầu hận
Nhớ giọng ca chở phần đời lận đận
Mà sông trăng nhỏ lệ suốt canh trường

Tháng Ba còn thăm thẳm một đại dương
Nhưng em hỡi tình mình không thể mất
Tình trắc trở vẫn là tình đẹp nhất
Duyên trái ngang luôn say đắm ngọt ngào

Tháng Ba trở lại chan chứa dạt dào
Tình nồng ấm của hồng nhan tri kỷ
Duyên kỳ ngộ mỗi ngày thêm tích lũy
Nhớ và thương đầy ắp vịnh Gió Mây

Ôi! tháng Ba còn đó tháng năm chầy
Mà duyên nghiệp đắp xây từ vạn thuở
Như cây gạo rợp trời hoa sắc đỏ
Cũng ươm mầm trước đó cả ngàn năm
15
Tháng Ba trở về lặng lẽ âm thầm
Nhưng rạo rực trong lòng người lữ thứ
Bởi vì yêu mà bao đêm chẳng ngủ
Chỉ nhớ thương cũng đủ bạc mái đầu

Em yêu ơi! anh còn nợ u sầu
Nợ chờ đợi nợ thương thân tủi phận
Nợ trầu cau nợ giao bôi hợp cẩn
Nợ công viên ghế đá nợ ngập đầu

Chỉ vì yêu mà buồn thảm khổ đau
Khóc mùi mẫn dại khờ như đứa trẻ
Hiểu phi lý cuộc đời cô đơn buồn tẻ
Hiểu tình yêu luôn mầu nhiệm thiêng liêng

Tháng Ba về biển sóng vẫn bình yên
Trên bờ vịnh Gió Mây em có ngủ?
Nếu thao thức trở trăn hình bóng cũ
Thì mong em tha thứ kẻ phương trời

Tháng Ba về còn cách xa vời vợi
Đời nghiệt ngã chia trăm phương nghìn lối
Bờ cát trắng ngày đêm hoài ngóng đợi
Nhưng thuyền tình vẫn diệu vợi mù khơi
20
Tháng Ba về còn đó nỗi đơn côi
Đời trắc trở hai phương trời cách biệt
Chiều tím thẫm đại dương buồn thê thiết
Tình anh yêu em không bến không bờ

Tháng Ba về làm chứng mối tình thơ
Mà hai tập Song Thi là chứng tích
Ngàn sau bụi thời gian có mờ mịt
Tình đôi ta vẫn dào dạt sắc hương

SONG TƯƠNG
Ngày 7/4/2021

Tản Mạn Tháng Ba
Hồi đáp thơ ST

Tháng Ba thoáng chút bâng khuâng
Bông cau nở rộ trắng ngần câu ca
Gió hôn làn tóc mượt mà
Bịn rịn giây phút Hạ qua Xuân tàn

Tháng Ba thoáng chút ngỡ ngàng
Nhìn cánh mai rụng nhuộm vàng lối đi
Bỗng dưng lệ ứa hoen mi
Tình xa cách trở, còn gì buồn hơn?

Tháng Ba thoáng chút tủi hờn
Thêm mùa trăng nữa cô đơn ngóng chờ
Ép vào trong đoạn tình thơ
Chắt chiu thương nhớ gửi về phương anh

Bắt đầu từ những mong manh
Đôi ta tình bỗng trở thành lớn lao
Nén vào tim những cồn cào
Tháng Ba oà vỡ khát khao cháy lòng

Người thương ơi! Nếu nhớ mong
Tìm nhau giữa chốn phiêu bồng cõi mơ
Cùng nhau bay giữa vần thơ
Tháng Ba cùng dệt đường tơ kết tình.

TIỂU MUỘI
Ngày 8/4/2021

Phiêu Bồng Tháng Ba
(Hoạ vận bài Tản Mạn Tháng Ba của TM)

Tháng Ba xao xuyến bâng khuâng
Màu son môi đẹp vô ngần tiếng ca
Yêu em nhan sắc mặn mà
Ngợp trời cúc dại sương pha chiều tàn

Tháng Ba lúa tốt ngỡ ngàng
Đỏ bừng hoa gạo ngút ngàn lối đi
Mắt em cong vút hàng mi
Long lanh thu thuỷ còn gì đẹp hơn?

Tháng Ba còn đó dỗi hờn
Hai trời cách biệt cô đơn trông chờ
Hoàng hôn tím ngắt hồn thơ
Em gom nỗi nhớ gởi về phương anh

Tháng Ba nào chim manh manh?
Gọi vang bờ vịnh mà thành lớn lao
Trái tim thương nhớ cấu cào
Tình anh nức nở khát khao đốn lòng

Tháng Ba còn đó thương mong
Quỳnh hoa hé nở "phiêu bồng cõi mơ"
Môi kề môi cháy vần thơ
Tháng Ba kết tóc xe tơ trao tình

SÔNG TƯƠNG.
Ngày 8/4/2021

Ngàn Năm Vẫn Đợi
(Hồi đáp Phiêu Bồng Tháng Ba của ST)

Mơ một lần về với biển cùng anh
Nghe sóng hát ru bờ gành da diết
Từng đàn chim gọi bạn chừng tha thiết
Đem niềm thương nỗi nhớ viết lên trời

Muốn đắm chìm vào ánh mắt trùng khơi
Hồn chới với môi tìm môi nhè nhẹ
Tình yêu đã lấp đầy tim nhỏ bé
Chỉ mơ thôi mà lòng khẽ rộn ràng

Bàn tay nào lần tìm ngón tay đan
Mặc hoàng hôn ôm choàng miền khao khát
Biển khát bờ nên sóng tràn ồ ạt
Ta khát nhau lòng dào dạt sóng tình

Nếu có anh biển sẽ đẹp lung linh
Sóng sẽ hát lời tự tình êm ả
Đàn chim nhỏ sẽ líu lo rộn rã
Trái tim em không buốt giá giữa đời

Nhớ trở về bên biển nhé anh ơi!
Trong tiếng sóng giấu bao lời muốn nói
Anh có biết? biển ngàn năm vẫn đợi?!?
Rồi một ngày ta về với yêu thương.

TIỂU MUỘI
Ngày 10/4/2021

Hồng Nhan Tri Kỷ 2

Nàng Ca sĩ thông minh kiều diễm!
Ta về tư lự suốt trăm đêm
Cứ tơ tưởng tương tư mòn mỏi
Hình bóng Em và suối Hóc Chim

Nàng Thi sĩ kiêu sa sầu mộng!
Ta trót lỡ yêu em mất rồi
Dù nàng không thể nàng không thể
Ta vẫn yêu em nhất trên đời

Ta chờ em mỗi dòng tin nhắn
Ta đợi em từng phút trao yêu
Ôi thôi! sắc nước hương trời ấy
Không có em đời sẽ cô liêu

Hồng nhan tri kỷ từ tâm ơi!
Ta tìm em khắp nẻo luân hồi
Nay gặp trần gian thành cõi mộng
Địa đàng có thật ở trên đời

Từ ngày diện kiến nàng Ca sĩ
Càng dại càng si mê bội phần
Từ ngày xướng họa cùng Thi sĩ
Càng quý càng yêu em vạn lần

SÔNG TƯƠNG
Ngày 7/3/22

Giai Điệu Tháng Tư
Hồi đáp thơ ST

Gửi anh giai điệu tháng Tư
Với bao cảm xúc đến từ trái tim
Trao anh mộng đẹp êm đềm
Nụ hôn cháy bỏng tình thêm ngọt ngào

Tặng anh một chút xuyến xao
Trái tim rung động dạt dào yêu thương
Cho anh tình đẹp diệu thường
Tháng Tư hạnh phúc trải đường anh đi.

TIỂU MUỘI
Ngày 7/4/2022

Khúc Tự Tình

Nửa mảnh trăng treo, nửa mảnh sầu
Nửa hồn đơn lạnh, biết về đâu?
Nửa câu hò hẹn còn bỏ dở
Biết người còn nhớ mối duyên đầu?

Nửa hạt nắng tàn nhuộm tóc em
Nửa tiếng thở than não nề thêm
Nửa đời mong ngóng người phương ấy
Biết người còn nhớ phút êm đềm?

Nửa khúc "hoài lang dạ cổ" buồn
Nửa đêm nức nở lệ dầm tuôn
Nửa đoạn tơ lòng sầu ai oán
Biết người có tỏ nỗi sầu thương?

Nửa bóng nhạn bay tận trời xa
Nửa thương, nửa đợi chốn quê nhà
Nửa câu hẹn ước ghi trong dạ
Người ơi! Có hiểu thấu lòng ta?

TIỂU MUỘI
Ngày 30/4/2020

Tình Bất Khả Tư Nghị
Hồi đáp thơ TM

Em ơi! anh chẳng thể nào quên
Muốn quên lòng lại càng nhớ thêm
Trải qua hai mùa Đông tuyết giá
Tình ta vẫn ấm áp êm đềm

Quanh năm suốt tháng chẳng bao giờ
Hết nhớ hết thương hết mộng mơ
Cứ tuyệt vọng rồi lại hi vọng
Như ngàn đợt sóng tiến vào bờ

Càng cách xa anh càng nhớ em
Tình sao kỳ diệu sao thiêng liêng!
Càng đau khổ lại càng hạnh phúc
Càng sóng gió càng yêu như điên

Chỉ một sát na thành vạn đại
Tình sao lạ quá như bùa mê!
Chỉ gặp một lần là mãi mãi
Ngàn năm còn biển hẹn non thề

Em ơi! tình bất khả tư nghị
Hai bờ cách biệt vạn trùng xa
Hai đời đã khác ngàn ngang trái
Nhưng tình vẫn tha thiết đậm đà

SÔNG TƯƠNG
13/12/21

115
Yêu Em Đến Ngàn Sau

Hồng nhan tri kỷ ơi!
Yêu em nhất trên đời
Vượt lên trên thế tục
Tình thanh khiết cao vời

Dù chẳng là chồng vợ
Hai phương trời xa nhau
Thế nhưng trong tâm thức
Lòng vẫn hướng về nhau

Nghiệp duyên nhiều ngang trái
Định mệnh lắm khổ sầu
Thế nhưng trong duy thức
Đôi ta là của nhau

Giai nhân tri kỷ ơi!
Kiều diễm sắc hương trời
Yêu em từ vạn kỷ
Yêu em mãi không thôi

Hỡi hồng nhan tri kỷ!
Giữa dòng đời khổ đau
Càng yêu em thắm thiết
Yêu em đến ngàn sau

SÔNG TƯƠNG
31/10/2021

Ước Định
Hoạ vận thơ ST

Thi nhân tri âm ơi!
Anh làm đẹp cuộc đời
Vần thơ thoát trần tục
Ý thanh cao tuyệt vời

Đâu chỉ có chồng vợ
Thì đời mới có nhau
Bởi tận trong tiềm thức
Ta đã thuộc về nhau

Đời dẫu bao oan trái
Anh ơi! chớ ưu sầu
Trong A Lại Da Thức
Luôn in bóng hình nhau

Người thương chốn xa ơi!
Tim anh tựa biển trời
Em mãi là tri kỷ
Chỉ một mình anh thôi

Dẫu bao thiên niên kỷ
Vượt luân hồi thương đau
Trái tim em tha thiết
Đợi anh muôn kiếp sau.

TIỂU MUỘI
Ngày 1/11/2021

NỐI THƠ:

116

Xuân Về Hòa Điệu Tình Thơ
(Nối thơ 7 chữ đợi Giao Thừa)

ST:
Lạ quá! trái tim không thể hiểu
Cứ vấn cứ vương một bóng người
Cứ nhớ cứ thương mãi không rời
Gặp gỡ một lần thành vạn đại

TM:
Có lẽ bởi duyên trời ưu ái
Khiến xui em chẳng ngại gặp chàng
Cho vơi dần đau khổ trái ngang
Đời như được lật sang trang mới

ST:
Hai trái tim cách xa vời vợi
Nhưng chẳng bao giờ vơi nhớ thương
Yêu là khổ suốt bao canh trường
Nhưng không yêu lại càng đau khổ

TM:
Em như con thuyền không bến đỗ
Mãi lênh đênh bão tố gầm gào
Cảm ơn anh với những ngọt ngào
Cho em thấy dạt dào sức sống

ST:
Chiều cuối năm anh còn trông ngóng
Em có thấy Xuân về thắm nồng?
Có thương đời lãng tử phiêu bồng?
Có thả hồn thơ xuyên đại lục?

TM:
Em cảm nhận mình đang hạnh phúc!
Tình vượt trên thế tục phàm gian
Xuyên qua bao núi cách sông ngăn
Vẫn đẹp tựa vầng trăng huyền diệu

ST:
Một trăm bài thơ vẫn còn thiếu
Một ngàn tin nhắn vẫn chưa đầy
Hai người dù chưa chạm bàn tay
Nhưng tình đã vô cùng vô tận!

TM:
Bài thơ tình đôi câu vương vấn
Tưởng chừng như kề cận từ lâu
Tròn hai năm vẫn tựa buổi đầu
Còn nguyên vẹn một màu thương nhớ

ST:
Ngàn lần bày tỏ như chưa tỏ
Trăm nụ hôn môi chửa chạm môi
Nhưng tình vẫn say đắm bồi hồi
Yêu như thể ngày mai tận thế!

TM:
Ta biến điều Không thành Có thể
Sống cách xa là để sum vầy
Giữ trong tim tình mãi tràn đầy
Cùng chờ đợi phút giây tương ngộ

ST:
Lòng dặn lòng chớ nên buồn khổ
Để nàng đi xây dựng cuộc đời
Bởi nàng còn trẻ đẹp xinh tươi
Nhưng tim lại u sầu ủ rũ

TM:
Trót mang phận đàn bà đã cũ
Đời cho em nếm đủ đắng cay
Em chỉ mong vạn nẻo đường dài
Đủ mạnh mẽ chông gai bước tới

ST:
Những ngôn tình đẹp nhất thế giới
Trăm bài thơ diệu vợi chứa chan
Hàng ngàn câu nhắn gởi nồng nàn
Gặp một lần là yêu mãi mãi

TM:
Nếu có kiếp sau xin gặp lại
Để tình ta đẹp mãi như mơ
Cùng nhau bay vào những câu thơ
Cho thỏa nguyện năm chờ tháng đợi

SÔNG TƯƠNG & TIỂU MUỘI
Giao thừa Tết Nhâm Dần 2022

117

Hòa Quyện Tình Xuân
(Nối thơ 7 chữ mùng 1 Tết)

ST:
Có một nàng giai nhân ca sĩ
Đầy quyền uy mở cửa trái tim
Bước chân vô đường bệ nghiễm nhiên
Lên ngôi báu Nữ hoàng tình ái

TM:
Em chỉ là một loài cỏ dại
Nào phải đâu cô gái tuyệt trần
Cũng không là diễm lệ giai nhân
Chỉ trong anh em dần xinh đẹp

ST:
Xin cầu chúc mùa Xuân diễm tuyệt
Khắp năm châu trời đất giao hoà
Cả núi rừng mặc áo vàng hoa
Trong câu hát tình Xuân chất ngất!

TM:
Vần thơ tình chừng như rượu mật
Khiến trái tim ngây ngất hương nồng
Tình đôi mình đẹp nhất phải không?
Đẹp như chốn tiên bồng thiên giới

ST:
Đã bao mùa nhớ thương vời vợi
Nếu chẳng do duyên nợ kiếp nào
Thì trái tim không thể dạt dào
Như biển sóng rì rào bất tận

TM:
Sợi tơ lòng mãi hoài vương vấn
Giọng ấm trầm vang vọng đâu đây
Em vẫn mong sẽ đến một ngày
Duyên hạnh ngộ vòng tay siết chặt

ST:
Định mệnh đã lạnh lùng sắp đặt
Cõi trần gian mỗi đứa mỗi nơi
Đến bao giờ mới được chung đôi
Một lần trễ đợi bao nhiêu kiếp?

TM:
Âu đó cũng bởi do duyên nghiệp
Trong muộn màng vẫn tiếp lương duyên
Vẫn tràn đầy như chữ trinh nguyên
Trở về đúng ước nguyền dang dở

ST:
Chỉ một mối duyên tơ lầm lỡ
Mà đoạ đày chôn chặt đời Xuân
Trách ông tơ chẳng chút cân phân
Và trách cả cuộc đời phi lý

TM:
Âu thế cũng đời còn ý vị
Gặp lại nhau tri kỷ kiếp này
Dứt xong lần duyên nghiệp trả vay
Sẽ thoả những tháng ngày xa vắng

ST:
Là tri kỷ tình sâu nghĩa nặng
Em còn nhớ Giao thừa lần đầu?
Mình nối thơ lục bát với nhau
Trở thành đôi song thi hợp bích

TM:
Đêm cuối năm lập nên kỳ tích
Hai phương trời bỗng xích gần nhau
Câu tình thơ hoà tiếng nguyện cầu
Tình càng lúc đậm sâu... từ đó

ST:
Thuở chờ đợi sương sa vò võ
Một ngày dài dằng dặc ba Đông
Ta yêu người đứng ngóng Vân Phong
Yêu cả những cánh buồm sương khói

TM:
Lời tỏ tình hôm nao chưa nói
Ngày đầu năm gói gởi vào thơ
Nghĩa tri âm hơn cả mong chờ
Đời vẫn đẹp như mơ anh nhỉ?

    SÔNG TƯƠNG & TIỂU MUỘI
    (Đêm Mùng 1 Tết Nhâm Dần 2022)

118
Nỗi Thơ Lục Bát Lúc Giao Thừa

ST:
Thời gian chờ đợi Giao thừa
Rộn ràng náo nức như vừa mười lăm
Bốn mùa ly cách âm thầm
Ngày qua tháng lại đêm nằm nhớ ai?

TM:
Xuân về bên nhánh hoa mai
Ta về bên chén nồng say hương tình
Vần thơ kết nối chúng mình
Đôi câu lục bát kết tinh duyên hồng

ST:
Lòng anh hạnh phúc vô song
Giao thừa được gặp người trong mộng lành
Tình mình như yến với oanh
Như loan với phượng trời xanh mây vàng

TM:
Dẫu cho cách mấy quan san
Hai tim hoà điệu rộn ràng đón xuân
Muôn hoa vừa nở đón mừng
Hoa lòng đã thắm trong từng ý thơ

ST:
Mừng cô MC đất sô
Ngọt ngào giọng hát bốn mùa không thôi
Vần thơ diễm tuyệt rạng ngời
Tâm hồn thanh thoát mây trời xanh xanh

TM:
Hân hoan xin gửi đến anh
Muôn ngàn cảm tạ chân thành từ tâm
Người gieo hạt giống khơi mầm
Cho em có được thi âm tuyệt vời!

ST:
Vạn vật đổi mới rạng ngời
Phụng lân ca múa nói lời yêu thương
Từ thôn quê đến phố phường
Đón chào Xuân mới bốn phương thanh bình

TM:
Chúc cho đời hết điêu linh
Chúc cho đôi lứa duyên tình thắm trao
Chúc người sức khoẻ dồi dào
Chúc ta duyên mãi ngọt ngào yêu thương

ST:
Dù đời cách trở đại dương
Tình Thơ vẫn nặng hai phương trời hồng
Chiếc cầu Ô bắt sang sông
Là vần thơ nối đôi lòng với nhau

TM:
Mong sao tình mãi thắm màu
Như dây trầu quyện thân cau muôn đời
Tình Thơ đẹp lắm ai ơi!
Tâm đầu ý hợp duyên trời đã ghi

ST:
Giao thừa vừa điểm phương ni
Xin mời phương nớ nâng ly rượu mừng
Ngoài kia pháo nổ tưng bừng
Đất trời hoà quyện biển rừng xanh tươi

TM:
Trẻ thơ khoe áo vui cười
Ông bà móm mém thảnh thơi mời trầu
Nam thanh nữ tú bên nhau
Trao lời ước hẹn tâm đầu hoà duyên

ST:
Bốn mùa giãn cách muộn phiền
Một năm dịch bệnh đảo điên phận người
Xuân về cầu nguyện Phật Trời
Ra tay tế độ cứu đời trầm luân

TM:
Nguyện cầu đời hết gian truân
Vacxin hiệu quả vui mừng đỡ lo
Hết giãn cách, sống tự do
Đường bay nối lại hẹn hò nhớ mong

ST:
Gởi em ngàn nụ hôn nồng
Gởi em triệu đoá hoa hồng thắm tươi
Chúc em trẻ đẹp yêu đời
Các con đỗ đạt sáng ngời tương lai

TM:
Hôm nay sum họp Trúc - Mai
Giao Thừa hạnh ngộ nghĩa dài, tình sâu
Mượn vần thơ nối nhịp cầu
Nguyện cho đây đó bên nhau trọn đời.

     SÔNG TƯƠNG & TIỂU MUỘI
     -Nối thơ lúc 12 giờ đêm Giao Thừa
     Tết Tân Sửu 2021.

119
Mùa Thu Thương Nhớ
(Nối thơ thất ngôn vần liền)

ST: Mùa Thu về đứng ở bên đường
Mang theo bao niềm thương nỗi nhớ
TM: Nghe thổn thức trong từng nhịp thở
Bóng người thương vô cớ tìm về

ST: Từ quen em ngày tháng lê thê
Hồn theo mây trắng về bên ấy
TM: Người thương hỡi! Phương nào có thấy?
Nỗi nhớ nhung nói mấy cho vừa

ST: Tháng Tám buồn nhìn mưa lưa thưa...
Lá vàng tím đong đưa nghìn nỗi
TM: Có phải chăng mưa đang hờn dỗi?
Khóc cuộc tình hai lối cách ngăn

ST: Mòn con mắt khói tỏa sương giăng
Dài cả cổ bên kia bờ vịnh
TM: Có phải do duyên trời đã định?
Mong ngày về bên vịnh tìm em

ST: Yêu em yêu cả bờ môi mềm
Yêu đôi mắt to đen ngấn lệ
TM: Giờ mới thấu yêu xa là thế
Người nơi này... Hồn để nơi nao?!?!

ST: Đêm từng đêm anh ngắm ánh sao
Mơ ngày nào đôi ta hội ngộ?
TM: Mong bình minh xua tan giông tố
Để thuyền về bến đỗ bình yên.

Sông Tương & Tiểu Muội
Ngày 7/9/2020

Biển Tình Thơ Mộng
(Nối thơ thất ngôn vần liền)

TM: Chiều ra biển nhìn mây lơ lửng
Lòng bâng khuâng ôm những niềm riêng
ST: Anh đi tìm mãi giấc mơ yên
Miên du trong thiên đường tình ái

TM: Nụ hôn trao quyện vào nhau mãi
Như bờ hoang cuồng dại sóng trào
ST: Tình em là mật ngọt trăng sao
Anh lịm chết giữa vầng nhật nguyệt

TM: Có điều gì trong đôi mắt biếc?
Mà lòng ta tha thiết đắm say
ST: Con sóng tình mãnh liệt dâng đầy
Em Thần nữ vòng tay siết chặt

TM: Bao mộng đẹp tháng ngày góp nhặt
Thoả nỗi niềm khoảnh khắc yêu đương
ST: Ngập lụt trong tim biển nhớ thương
Choáng ngợp giữa hồn Tiên nữ ấy

TM: Yêu mới biết nhớ nhiều đến vậy
Vắng một ngày đã thấy chơi vơi
ST: Anh vẫn yêu em nhất trên đời
Là lẽ sống niềm vui hi vọng

TM: Biển chiều vẫn dạt dào tiếng sóng
Hẹn một ngày bến mộng chung đôi
ST: Mối tình thơ không nói nên lời
Nhưng kỳ diệu tuyệt vời thơ mộng!

Tiểu Muội & Sông Tương
Ngày 5/9/2020

121
Trái Tim Kỳ Diệu
(Nối thơ thất ngôn vần liền)

ST: Đi dạo trên phây gặp tấm hình
Rồi từng đêm si tình sầu nhớ
TM: Có phải chăng là duyên là nợ?
Nên bóng hình luôn ở trong tim

ST: Rồi từng chiều chiếc lá rơi thềm
Cứ tơ tưởng tương tư sầu não
TM: Tình là chi khiến lòng điên đảo?
Nụ cười em mộng ảo tìm về

ST: Rồi ngày tháng kéo dài lê thê
Lòng cứ nhớ thương người xa lạ
TM: Ôi trái tim sao kì diệu quá!
Hai phương trời nhưng đã dấu yêu

ST: Chính nụ cười hoa nở mỹ miều
Chính ánh mắt long lanh ngấn lệ
TM: Trót yêu rồi muốn quên nào dễ
Ân tình này đâu thể phôi phai

ST: Chính suối tóc áo huyền liêu trai
Cùng dáng ngọc nhốt hồn lãng tử
TM: Chuyện đôi mình như thiên tình sử
Gửi vần thơ lưu giữ ngàn năm

ST: Hồn theo mây về chốn xa xăm
Em là khoảng trời riêng anh đó!
TM: Đời vô thường ví như quán trọ
Gặp nhau rồi đừng có rời xa.

Sông Tương & Tiểu Muội
Ngày 8/9/2020

Tình Mộng Ảo
(Nối thơ thất ngôn vần liền)

TM: Nhìn qua song cửa ngắm mưa rơi
Lòng bỗng thấy chơi vơi trống vắng
ST: Chiều phương anh trời không có nắng
Thu về tịch lặng nỗi sầu thương!

TM: Chốn này mưa giăng kín nẻo đường
Chừng như ngập sầu vương tấc dạ
ST: Nửa năm rồi vẫn còn nghiệt ngã
Trận mưa ngâu lã chã canh dài…

TM: Tình đã trao đâu dễ nhạt phai
Càng xa vắng càng hoài nhung nhớ
ST: Thực hay ảo trăng Thu mờ tỏ
Hai phương cùng nâng chén giao bôi

TM: Vượt trường thành chẳng ngại xa xôi
Men tình đã thấm lời ước hẹn
ST: Rồi mình cùng đặt tên em hén
Song Thi kháu khỉnh sẽ chào đời (*)

TM: Dạy bé Con biết hát biết cười
Con giống mẹ như lời anh nói
ST: Giữa Địa đàng tình yêu chói lọi
Thực và hư trộn lẫn vào nhau

TM: Như hạt mưa lúc nhặt lúc mau
Tình mộng ảo mang màu huyền diệu
ST: Phước hạnh hai tâm hồn đồng điệu
Mối tình thơ đẹp mãi thiên thu.

Tiểu Muội & Sông Tương
Ngày 9/9/2020

(*) Song Thi là 2 thi tập: Gởi Người Trong Mộng
và Yêu Người Trong Mộng của ST & TM

CẢM NHẬN:

Đọc bài thơ Tình Mộng Liêu Trai của Tiểu Muội.
(Cảm nhận của Sông Tương)

"Liêu Trai chí dị" của Bồ Tùng Linh (1640-1715) bên TH, nội dung đa phần nói về những chuyện thần tiên ma quái đầy tính chất huyền ảo lung linh, hư hư thực thực, trong ảo có thực, trong thực có ảo; năm 1901 được dịch sang Việt ngữ đăng báo Nông cổ mín đàm. Tình yêu là thứ tình cảm tự nhiên, thiêng liêng, nhưng bị lễ giáo khe khắt hằng ngàn năm; trong «Liêu trai chí dị» các nhân vật nữ tự do đi tìm kiếm tình yêu, sống mãnh liệt với tình yêu, vượt lên trên lễ giáo. Nhân vật nữ Liên Hương đẹp cả thể xác lẫn tâm hồn, đêm đêm đến gặp tình nhân tri kỷ, khi bị bệnh chết, nàng hẹn tái ngộ chàng ở kiếp lai sinh (truyện Liên Hương). "Liêu Trai chí dị" có một góc nhìn tiến bộ về tình yêu, kín đáo bênh vực phụ nữ. Tại VN rất yêu thích "Liêu Trai chí dị", trên mặt báo xuất hiện những "mái tóc liêu trai, đôi mắt liêu trai, giọng hát liêu trai, vẻ đẹp liêu trai, chuyện tình liêu trai…" Trong thơ Tiểu Muội cũng có những "tình mộng liêu trai, truyền thuyết liêu trai".

"Tình mộng liêu trai" là tựa đề bài thơ 20 câu của Tiểu Muội (TM) mà tôi sẽ có đôi dòng cảm nhận sau đây:

Thơ là tiếng nói của con tim chân thành, hài hoà làm một với tình cảm cảm xúc, ý tứ tư tưởng, cùng hình thức nghệ thuật (thể thơ, hình ảnh, màu sắc, nhạc điệu, ngôn ngữ, ý tại ngôn ngoại...) tạo nên những nét hay đẹp lạ làm đê mê ngây ngất tâm hồn.

Tiểu Muội (TM) là một Ca sĩ làm thơ, từng đoạt 6 huy chương vàng về ca hát và 1 huy chương vàng về ngâm thơ tại VN. TM đã ứng khẩu thành thi trên 100 bài thơ của mình trong cả 2 tập thơ đã làm cho tôi vô cùng cảm phục. "Tình mộng liêu trai" thể hiện một tâm hồn đa cảm đầy nữ tính, một tình yêu nồng nàn, một trái tim mãnh liệt của phụ nữ. Bài thơ cho thấy nữ tác giả là một cây bút tinh tế có khả năng diễn đạt tuyệt vời, có cái nhìn mới mẻ về tình yêu cùng ý hướng sáng tạo thơ ca, kể cả lòng trân quý dành cho thơ ca nói riêng và những giá trị tinh thần nói chung. Nàng thành thật không che giấu những quãng tối hay góc khuất nào trong tâm hồn mình.

"Hữu duyên thiên lý" quen bạn tri âm, nàng bồi hồi cảm kích khi đọc thơ chàng, miên man đắm chìm trong truyền thuyết liêu trai mộng mị:

> Lòng bồi hồi cứ mỗi sớm tinh mơ
> Em đọc hoài những bài thơ anh viết

> Mỉm môi cười, ôi! lời tình diễm tuyệt
> Em đắm chìm vào truyền thuyết liêu trai

Tim rung động mãnh liệt, khiến nàng không thể không thốt lên:

> Yêu anh rồi chẳng cần biết đúng sai
> Em vẫn sẽ cứ yêu hoài yêu mãi
> Biết yêu xa, sẽ nhớ ai ngây dại
> Em đã yêu không dừng lại bao giờ

"Yêu anh rồi chẳng cần biết đúng sai" câu thơ hay nhất trong bài thơ. Yêu anh rồi. Yêu thật rồi, không phân vân, do dự, e dè, tính toán… Lý trí đi vắng nhường chỗ cho trái tim nhạy cảm, mạnh mẽ, khí phách, dám sống, dám yêu hết mình, không cần bất cứ một điều kiện nào khác ngoài tình yêu, như Balzac, tiểu thuyết gia người Pháp đã nói:

-"Chúng ta yêu vì chúng ta yêu."
(We love because we love.) Balzac

Thật vậy khi yêu, nàng đã yêu bằng cả trái tim, tâm hồn, tuyệt nhiên không dùng lý trí để phân biệt đúng sai, giàu nghèo, tuổi tác, dân tộc, ý thức hệ… Tình yêu chân thật đã sang bằng tất cả:

-"Tình yêu chân thật không phân biệt giai cấp tuổi tác, địa vị danh vọng… Nó sang bằng tất cả. Nó là vị thần của tình cảm." Lope De Vegas

Trái tim khao khát được yêu, được sống, được thương nhớ mộng mơ chờ đợi, vì thương nhớ mộng mơ chờ đợi là hạnh phúc:

> Yêu để lòng, còn biết mộng biết mơ
> Yêu để thắm, những câu chờ câu đợi

>   Tình chúng mình dù cách xa vời vợi
>   Có vần thơ làm cầu nối đôi lòng
>
>   Mỗi một ngày ta góp nhặt nhớ mong
>   Bài tình thơ sẽ thành dòng mật ngọt
>   Từng âm ngữ như nhạc lòng thánh thót
>   Hai phương trời uống chung giọt tình say

Tình yêu thiêng liêng mầu nhiệm đắm chìm trong mơ:

>   Mơ một ngày anh về Vịnh Gió Mây
>   Trút cho cạn những tháng ngày xa nhớ

Tình yêu da diết, trái tim khao khát làm thăng hoa một tâm hồn đầy sức sống, đam mê, cuồng nhiệt, sẽ oà vỡ niềm hạnh phúc mà Thượng Đế đã ban cho con người:

>   Cho tứ bề hạnh phúc như oà vỡ
>   Say men tình hoà nhịp thở yêu đương.

Hai câu kết tuyệt vời khép lại một bài thơ hay từng câu từng chữ. Toàn bài nói lên những sâu kín trong tâm hồn cùng những cảm xúc dạt dào trong tim và những ý tưởng mới mẻ trong tâm thức của người phụ nữ cô đơn thật thà muốn sống hết mình cho tình yêu muôn thuở.

Về hình thức, nghệ thuật:
Bài thơ thể 8 chữ, 20 câu, cách hành văn lưu loát trôi chảy nhẹ nhàng êm ả như dòng sông, có âm điệu bổng trầm du dương như bản tình ca. Tất cả những vần chân, vần lưng đều giữ rất chỉnh, vần nhau chan chát.
Từ ngữ thường mới mẻ, gợi hình gợi cảm, cộng hình ảnh sinh động đủ sức diễn tả những cảm xúc và niềm khát vọng trong tim thiếu phụ.

Nhiều câu/ chữ rất hay như: "yêu để thắm, truyền thuyết liêu trai, nhớ ai ngây dại, vần thơ làm cầu nối đôi lòng, góp nhặt nhớ mong, nhạc lòng, giọt tình, nhịp thở yêu đương".

> Từng âm ngữ như nhạc lòng thánh thót
> Hai phương trời uống chung giọt tình say
>
> Cho tứ bề hạnh phúc như oà vỡ
> Say men tình hoà nhịp thở yêu đương.

Bốn câu trên cho thấy nàng Ca sĩ làm thơ nhuần nhuyễn điêu luyện, vần điệu chặt chẽ, chuyên chở ý tình sâu xa mới mẻ làm cho ta không khỏi ngạc nhiên thích thú.

Thời tiền chiến, bài thơ "Hai sắc hoa ti-gôn" của TTKh đã làm mới thơ ca, có chồng mà dám làm thơ (đăng báo) thương nhớ người tình xưa, gây xúc động cả một thế hệ phụ nữ đang sống trong vòng lễ giáo khắt khe. Hôm nay trong thời đại mới, người ta sống xô bồ chụp giựt, chạy theo các thế lực vật chất kim tiền, lên mạng lên báo tụng ca những chuyện tình hào nhoáng của giới đại gia-chân dài... thì TM lại đi tìm những giá trị tâm linh, làm thơ ca ngợi vẻ đẹp tâm hồn và tình yêu chân thật, khi yêu thì yêu vô điều kiện, không cần biết đúng sai, và "không dừng lại bao giờ".

Thơ nàng thấp thoáng sương khói liêu trai mong manh, nơi mộng thực hoà quyện vào nhau từ cái tựa đề cho đến nội dung đã làm cho tình yêu của nàng thêm huyền ảo lung linh thăng hoa đầy quyến rũ và vô cùng lãng mạn.

SÔNG TƯƠNG
Ngày 20 tháng 8 năm 2023
Tài Liệu Tham Khảo:
-*Bài thơ Tình Mộng Liêu Trai của Tiểu Muội.*
-EBOOKS "Bồ Tùng Linh - Cao Xuân Huy" Liêu Trai Chí Dị, Liên Hương, Nguyễn Huệ Chi dịch -https://vietmessenger.com/books/?title

Đọc bài thơ "Chuyện Tình Của Sóng Và Bờ" của Sông Tương
(Cảm nhận của Tiểu Muội)

Chỉ với cái tựa đề thôi đã cho tôi cảm giác thú vị khi tác giả ví mình như Ngọn Sóng trải nỗi nhớ theo từng ý thơ qua 25 khổ thơ lục bát. Tác giả đã mở ra câu chuyện kể về tình yêu đầy tính lãng mạn, nỗi nhớ thương khắc khoải của người trai viễn xứ đối với cô gái nhỏ bên Vịnh Vân Phong.

"Anh như con sóng bạc đầu
Giữa trùng dương tím ngát màu thời gian
Sáng chiều trôi nổi lang thang
Bềnh bồng phiêu lãng vượt ngàn biển khơi"

"Nhớ em nỗi nhớ bời bời
Yêu em yêu cả biển trời Vân Phong
Xuân về lúa tốt đầy đồng
Nôn nao háo hức hướng lòng về em"

Chỉ nghe đến danh từ Vịnh Vân Phong, có lẽ ai cũng hình dung đây như chốn bồng lai, mây là lơi bay vờn bóng nước.

Bước vào khổ thơ thứ 3-4, một không gian thanh nhã đầy sắc Xuân hữu tình được bày ra trước mắt khiến người đọc như lạc vào chốn bình yên, ở đó ta được nghe Rì Rào Biển Hát, được thấy từng đàn hải âu Bay Lượn, từng đàn én ríu rít Đầu Gành. Bờ vịnh hiện ra với tình em trong xanh, trong như bờ cát trắng tinh anh, xanh như dáng liễu la đà trước gió.

Cả bài thơ cho ta thấy tình yêu của tác giả dành cho giai nhân trong thơ là vô cùng sâu sắc, từng địa danh nơi có dấu chân người yêu được tác giả gọi tên vô cùng thân thuộc như Sơn Đừng, Mũi Đôi, Hòn Ông, Sông Hiền Lương, Vân Phong, Phố Đà... đủ thấy tình cảm thiết tha mà tác giả đã dành cho giai nhân và những nơi có bóng hình cô ấy. Từ cổ chí kim, trong những câu chuyện tình yêu muôn màu của cuộc đời được kể, cảm động nhất, đau buồn nhất và nhận được sự cảm thông nhiều nhất, có lẽ là câu chuyện của những Tình Yêu Xa, Yêu Trong Cách Trở... Và bài thơ Chuyện Tình Của Sóng Và Bờ là một trong những bài tạo cho người đọc nhiều cảm xúc, một chút đồng cảm với mối tình trắc trở, trái ngang:

"Anh như con sóng lưu đày
Vượt ngàn hải lý đắng cay muôn phần"

"Em như bờ cát mịn màng
Đợi chờ mòn mỏi bên hàng phi lao»

"Con đường cứ mãi xa xôi
Cuộc đời cứ mãi chia phôi bẽ bàng"

"Bốn phương trời đất giao hoà
Mà đôi ta vẫn cách xa ngàn trùng"

Từng ý từng từ trong bài đã gây xúc động cho người đọc. Mùa Xuân tượng trưng cho sự sum vầy, đoàn viên, hạnh phúc. Phong cảnh trời Xuân được tác giả diễn tả vô cùng sinh động, toát lên nét đẹp truyền thống của một Mùa Xuân Trên Đất Việt gắn liền với những hình ảnh Lễ Chùa, tiếng kinh cầu, Sen Trắng Áo Lam... Song bên cạnh những hình ảnh đẹp đẽ ấy lại là nỗi niềm sầu thảm của cuộc tình Yêu Trong Xa Cách, ai đã từng yêu xa chắc hẳn sẽ rơi lệ khi đọc bài thơ này.
Làm một bài thơ đã khó, làm một bài trường thi dài 25 khổ 100 câu đầy hình ảnh giàu xúc cảm lại càng khó hơn,

TM hoàn toàn thán phục trước tài năng thi phú và tình cảm của tác giả dành cho thơ và dành riêng cho người con gái trong thơ.

Với từ ngữ và sự hiểu biết hạn hẹp của TM, chắc chắn không thể lột tả hết sự tinh tế tuyệt vời của bài thơ đặc sắc này một cách đầy đủ.

Xin đa tạ, kính chúc tác giả Sông Tương cùng quý Thi hữu và Độc giả vạn an, vui sáng tác ạ!

TIỂU MUỘI
22/7/2023
Tài Liệu Tham Khảo:
-*Bài thơ* "Chuyện Tình Của Sóng Và Bờ" *của Sông Tương.*

THAY LỜI BẠT:
Tình Yêu Không Phân Biệt

"Yêu Người Trong Mộng" là tập thơ xướng hoạ thứ II viết về "Người Trong Mộng" của Tiểu Muội & Sông Tương. Đặc biệt toàn bộ thơ Tiểu Muội trong tập này (Yêu Người Trong Mộng) và tập trước (Gởi Người Trong Mộng) đều ứng khẩu thành thi.

Thiển nghĩ, thơ là cảm xúc chân thành của trái tim, sự soi sáng kỳ diệu của trí tuệ, tâm thức. Thơ làm cho tình yêu thăng hoa, cho đời đẹp có ý nghĩa và đáng sống.
Chuyện tình của hai người khởi thuỷ từ "Cõi mộng" đầy khói sương, nơi họ đã sáng tác hàng trăm bài thơ cho nhau. Chính nơi đó là "Bích câu kỳ ngộ" là "Vườn địa đàng" của họ, nơi họ đã gặp và đã yêu bằng tình yêu không phân biệt. Tình yêu ấy sẽ sống mãi trong tâm tưởng, và không bao giờ phai tàn:

> Giữa mộng ảo nhưng lòng ta rất thật
> Mãi yêu người dù vạn vật đổi thay.
> *(Yêu Người Trong Mộng, Tiểu Muội)*

> Dù mộng ảo nhưng tình mình có thật
> Từng thề nguyền chung thuỷ chẳng dời thay!
> *(Nàng Là Ai?, Sông Tương)*

Xin thay mặt hai tác giả Sông Tương và Tiểu Muội chân thành cám ơn quý văn thi sĩ và độc giả bỏ thì giờ quý báu để đọc và chia sẻ về đứa con tinh thần "Yêu Người Trong Mộng" này. Kính chúc quý vị an khang hạnh phúc.
Trân trọng,
SÔNG TƯƠNG
Ngày 1 tháng 9 năm 2023

MỤC LỤC:

LỜI NGỎ	8
1. Yêu Người Trong Mộng / Nàng Là Ai?	11
2. Yêu Nàng Ca Sĩ… / Yêu Thầm	15
3. Lưu Luyến Tiễn Nàng… / Ước Cùng…	18
4. Quà Nguyên Tiêu / Trăng Thượng …	20
5. Tình Yêu Kỳ Lạ / Tình Bất Chợt…	22
6. Mơ Về Đại Lãnh / Đại Lãnh	23
7. Quà Xuân / Hai Phương Cùng Đón…	25
8. Đàn Bà Cũ / Nghe Em Kể	27
9. Sao Hôm Sao Mai / Ngắm Sao	29
10. Gió Ngược Mùa / Cầu Ô Thước	30
11. Chờ / Lạc Đàn	31
12. Mừng Phật / Kính Mừng Đức Phật…	33
13. Trang Thơ Ghi Tạc / Vần Thơ Ghi Tạc	36
14. Anh Như… / Giọt Buồn Đêm Mưa	38
15. Thương / Nhớ	40
16. Mộng Tình / Lục Bát Tình Yêu	41
17. Nhớ Ai!!! / Thương Ai!!!	43
18. Sa Mạc / Độc Hành	44
19. Nhặt Thương Góp Nhớ / Mối Tri Âm	45
20. Duyên Thơ / Tình Thơ	46
21. Trót Lỡ Yêu Rồi / Trót Lỡ Yêu Người	47
22. Đợi… / Mong…	49
23. Đêm Đêm Nhìn… / Nhớ Chàng Thơ	51
24. Tương Tư / Hai Phương Nghìn Dặm	54
25. Có Phải Anh Chăng / Lời Tình…	56
26. Lạnh Nghịch Mùa / Tháng Giêng…	57
27. Xin Đừng Lỗi Hẹn / Như Sao Hôm…	58
28. Chúc Tết / Chúc Tết	59
29. Lỡ Phím Cung Sầu / Thương Em…	60

30. Ơn Mẹ / Thương Mẹ	62
31. Lời Chúc Từ Quê Hương / Lời Yêu…	65
32. Mơ Phút Đoàn Viên / Hồn Mộng…	67
33. Thân Cò Lặn Lội / Đọc Thơ Xa	68
34. Ơn Anh / Em Hiện Hữu	69
35. Nơi Tình Yêu Bắt Đầu / Gặp nhau…	71
36. Tủi Phận / Em Hãy Vươn Lên	73
37. Nhớ Sông Tương / Yêu Tiểu Muội	74
38. Tơ Vương / Anh Nợ Tình Em	75
39. Thương Lắm Miền Trung… / Tấm Lòng…	77
40. Thương Em / Thương Anh	79
41. Vị Ngọt Tình Thơ / Lục Bát Tình…	80
42. Một Thời Để Nhớ / Đông Về Nhớ…	82
43. Tri Âm Chúc Tết / Tri Kỷ Chúc Xuân	84
44. Một Đời Yêu Nhau / Tình Em Cao Cả	86
45. Bên Nớ Bên Ni / Tình Em Cao Đẹp	88
46. Nhớ Vần Thơ / Đọc Thơ Em	89
47. Hương Tình Gửi Anh / Chiều Buồn…	90
48. Mùa Đông / Một Mình	91
49. Trót Yêu Người… / Thiên Duyên…	93
50. Tình Anh / Tình Mộng	95
51. Em Bói Quẻ Tình / Lá Số Tử Vi	98
52. Tình Đẹp Như Mơ / Khi Em Xuất Hiện	100
53. Em Chẳng Sợ / Anh Nào Ngại	102
54. Gửi Trăng / Nguyệt Sáng	103
55. Tiếng Tơ Lòng / Khóc Như Đứa Trẻ	105
56. Lạc Vào Mắt Anh / Môi Em Bồ Đào	106
57. Chờ Đợi Giờ… / Cầu Duyên Mãi…	107
58. Giai Điệu Mưa Buồn / Tiếng Lòng…	109
59. Mơ Viếng Chùa… / Hương Đạo…	113
60. Tình Yêu… / Tình Như Sương Khói	114
61. Đôi Mắt Diệu Kỳ / Chờ Anh	116
62. Nhớ Anh / Một Ngày Đẹp Nhất	119

63. Tình Mộng Liêu Trai / Xin Được Làm...	121
64. Chuyện Tình Của Sóng... / Tình Mơ	123
65. Đợi Người... / Chờ Người...	129
66. Xin Gởi Người... / Em Đợi Người...	132
67. Ngàn Nụ Hôn Xa / Nỗi Nhớ Dịu Êm	134
68. Chờ Em... / Vẫn Chờ Anh	136
69. Duy Nhất... / Riêng Cõi Địa Đàng	138
70. Sầu Lẻ Bóng / Ai Người Trong Mộng?	140
71. Yêu Anh Nhất... / Yêu Em Nhất...	141
72. Bắc Cầu Nên Duyên / Trên Cầu...	142
73. Nguyện Làm Tri Kỷ /Nguyện Làm...	143
74. Ánh Xuân Ngời / Trái Tim Núi Lửa	144
75. Tết / Tết	145
76. Chúc Mừng... / Cung Chúc Tân...	147
77. Tết Buồn / Buông Bỏ Tìm Vui	149
78 Vọng Tình Xuân / Tết Em...	150
79 Xuân Như Ý / Nghinh Xuân	152
80. Xuân Mới / Tết Quê	153
81. Biết Tình Mình... / Mối Tình Thơ...	154
82. Sóng Tình / Hai Phương Trời Nhớ	159
83. Phép Màu... /Yêu Không Cần Biết	160
84. Suốt Cuộc Đời Ơn Mẹ... / Quê Mẹ...	161
85. Chờ Anh / Chờ Em	164
86. Tại Ngày Xưa / Anh Vẫn Luôn...	166
87. Hạ Nhớ / Dòng Sông Ngậm Ngùi	168
88. Gần Kề Bên Nhau / Yêu Xa	169
89. Ngàn Năm Em Vẫn... / Yêu Em Nhất...	171
90. Lạ Lắm / Ước Gì	174
91. Sầu Tương Tư / Vẫn Yêu Em...	176
92. Hẹn Trăng Mười Sáu / Tình Ta...	178
93. Mây Ngàn / Sang Mùa	180
94. Mưa Buồn / Yêu Em Tài Sắc	182
95. Khúc Tự Tình Mùa Hạ / Thiên Đường...	183
96. Khánh Hoà... /Trăng Lên Dốc Lết	186

97. Sao Chưa Về? / Đời Lãng Tử	187
98. Chùa Long Thọ... / Long Thọ Tự...	188
99. Hương Bay / Hương Tình	192
100. Thì Thầm... / Gọi Em Mùa Xuân	194
101. Tản Mạn Tình Xuân / Tản Mạn...	196
102. Áo Bay / Tương Tư	198
103. Tình Thơ... / Tình Đẹp Như Thơ	200
104. Mùa Xuân Tươi Thắm / Lạc Cảnh	201
105. Nụ Hôn / Yêu Xa	202
106. Hồng Nhan Tri Kỷ / Có Một Người...	203
107. Mưa... / Vạn Thuở Không Quên	205
108. Gởi Em Cô Gái... / Mảnh Vườn...	207
109. Đành / Đành	209
110. Mẹ Là Hồn Thơ / Lòng Cò	210
111. Tháng Ba... / Tản Mạn Tháng Ba	202
112. Phiêu Bồng... / Ngàn Năm...	112
113. Hồng Nhan Tri Kỷ 2 / Giai Điệu...	219
114. Khúc Tự Tình / Tình Bất Khả...	221
115. Yêu Em Đến Ngàn Sau / Ước Định	223

● **NỐI THƠ:**

116. Xuân Về Hòa Điệu... (Nối thơ)	225
117. Hòa Quyện Tình Xuân (Nối thơ)	229
118. Nối Thơ Lục Bát	233
119. Mùa Thu Thương Nhớ (Nối thơ)	237
120. Biển Tình Thơ Mộng (Nối thơ)	239
121. Trái Tim Kỳ Diệu (Nối thơ)	241
122. Tình Mộng Ảo (Nối thơ)	243

● **CẢM NHẬN:**

- Đọc bài thơ Tình Mộng Liêu Trai...	245
- Đọc bài thơ Chuyện Tình Của Sóng...	250
THAY LỜI BẠT	253

Nhân Ảnh
2023

Liên lạc với tác giả:
SÔNG TƯƠNG & TIỂU MUỘI
Email: vinhho5555@gmail.com

Liên lạc Nhà xuất bản
Nhân Ảnh
Email: han.le3359@gmail.com
(408) 722-5626

www.ingramcontent.com/pod-product-compliance
Lightning Source LLC
LaVergne TN
LVHW091634070526
838199LV00044B/1059